Yesterday With You

Lady Abbys

Ukiyoto Publishing

Always thankful to the Lord for giving me this kind of talent! I LOVE YOU LORD

CONTENTS

/1/ Champagne

Taong 1992 nang ipinanganak ako sa isang mapayapang probinsya. Luna Marie Castillo—ang ipinangalan sa akin ng aking nanay na ang sabi ng tiyahin kong si Auntie Flerie ay apat na taon palang ako ng naghiwalay sila ni papa. Dahil sa hiwalayan, nag-abroad si papa para supʋrtahan ang kanyang kaisa-isang anak. Binilin niya ako sa kanyang pinsan na si Auntie Flerie na siyang nagpalaki sakin kasama ang matagal na nilang katiwala at walang asawa na si Aling Winny.

Hindi nabigo sina papa at Auntie Flerie sakin. I grew up as a competitive one and people around me call me "little genius." Sino nga ba naman ang hindi pa nakakatuntong ng grade 1 ay halos saulo na ang multiplication table at napakabilis ng magbasa. Since elementary up to highschool, I was the class valedictorian and magna cumlaude in college as BS in Accountancy. That was the reason why people around ay too much expectation pagdating sa akin.

Napatingin ang halos daan-daang empleyado ng ACC Capital and Investment Corporation sa'king pagpasok sa isang event. The design and decoration of the whole event place is elegant katulad ng black gown na suot ko ngayong gabi.

Tonight is the celebration of the 30th Anniversary of the company and all employees are excited. Dahil mamaya lang the management will give awards to all deserving and top performing employees and they will also announce some employees that will be promoted.

I am expecting na mapunta sakin ang promotion! Because I was working in the company for almost 8 years. Competitive, hardworking and smart—iyan ang pagkakakilala ng lahat sa'kin as Luna Marie Castillo. I almost gave my whole life in my job to get a promotion.

When I saw my friend and workmate Betty, agad akong pumunta sa kanya. Bettina Grace Medina or Betty was my longtime friend from high school until college. I was also the reason kung bakit magkatrabaho kaming dalawa dahil ni-recommend ko siya sa company. Magkasama rin kami sa apartment dito sa Manila dahil nga laking probinsya kaming dalawa.

"Hay…buti na lamang hindi ka late, magsisimula na ang program." Betty greeted me wearing a mermaid style royal blue gown.

Halatang nainip siya sa paghihintay sa'kin. Dahan-dahang akong umupo habang inaalalayan ang aking gown. "Ano ka ba Betty, syempre nagpaayos pa kaya ako! Minsan lang ito dumating sa buhay ko kaya gusto ko lang sulitin."

"Congrats in advance Luna," nakangiting wika ni Betty. "You deserve it all Luna, pinaghirapan mo ang lahat ng ito," dagdag pa ng aking kaibigan.

"Maybe…this could be the reason kung why I failed the CPALE (Certified Public Accountants Licensure Examination)–"

"Dahil nga magiging accounting manager ka pala ng ACC. Kung nakapasa ka noon, maybe nasa probinsya ka lang natin at nag-wowork sa munisipyo kasama ang Auntie Flerie mong nag-oopisina roon," kuwento ni Betty.

Napangiti ako sa kanya bago pa man napalingon sa magarbong stage ng aming event. All employees wear elegant gowns for women and suits for men. Mukhang nag-effort ang lahat to attend this yearly event.

"May I have your attention, please?" announcement ng magiging MC ng program.

The program starts already. All are excited for the awarding. Pero bago ang lahat nagkaroon muna ng speech at inspirational message ang President of the Company at ang ibang mga nasa top level management. There are also some intermission numbers coming from some departments. I can't wait for the most exciting part of the event.

The announcement about the promotion!

The awarding moment begins. It all started with IT department. All the nominees for best employees ay umakyat ng stage after the name was mentioned. Tatawagin naman kung sino ang nagwagi as best employees habang nakahanay na lahat ng nominees sa stage. Syempre, may kanya-kanya na rin plague of certificate ang mga nominees kahit isa lang ang napili. The best employees receives trophy and cash. Dalawang department lang ang magkakaroon ng promotion the Marketing and Accounting Department, since ang mga heads nila ay magreretiro na. I am expecting for the Accounting Department since ako ang pinakamatagal sa lahat ng nominees. Halos 1-3 years lang ang tagal ng mga kapwa ko nominee.

"Okay…congratulations to our nominees and best employees from the IT department. And now partner, let us proceed with the Accounting Department!"

"Yes partner, and all are excited to announce who will be the best employees for this department."

"And take note partner, there will be also another good news! Who will be the next accounting manager?"

"Wow! And we all know here syempre kung sino man ang best employee ay siya na rin ang magiging next accounting manager. So…accounting department and employees of ACC, are you ready?" malakas na tanong ng Master of Ceremony.

Sinundan naman ito ng malakas na hiyawan ng lahat kasabay ang malakas na kabog ng aking dibdib.

"Our first nominee is…Ms. Luna Marie Castillo!"

I go to the stage.

Halos walang mapaglagyan ang ngiti ko while on the stage lalo na't pumunta talaga si Betty sa unahan para kunan ako ng picture.

"Ito na ang pinakahihintay mo Luna. Sa wakas, ang walong taon na pinaghirapan mo, pinagpuyatan mo, lahat ng mga failure mo at pagiging insecure sa success ng iba ay magwawakas na," I said to myself.

"And our best employees, and also the next accounting manager of ACC Capital and Investment Corporation is—"

is—

Alerto ang lahat sa mga susunod na tagpo.

But I am sure na—

Sino pa ba? Matagal na rin naman akong pinaghahanda tungkol dito.

"Our best employees and the next accounting manager is no other than—"

"No other than—"

"Mr. Nick Oliva!!!"

Bigla akong nanginig. Parang may tumutulak sa akin na lumapit sa MC at sabihing…

Baka nagkakamali lang sila. Baka na-Columbia lang si Sir Nick.

Ngunit mukhang hindi.

"Excuse me…" pinapatabi ako ng isa sa mga board of trustees nang lumapit sila para ibigay ang award ni Mr. Nick Oliva.

Dumilim ang aking paningin at nagmamadali akong bumaba ng stage.

Ang palakpak at hiyawan ng lahat ay isang malaking kalokohan para sa'kin. Because I am sure that I was the best among of the nominees. I am the deserving, and I know Mr. Nick Oliva is just a niece of one of the board of trustees. Lagi siyang palpak at ako pa ang nagturo sa kanya during his first year in the company.

"S-s-saan…saan ako nagkulang?"

Tila nawala ako sa sarili na walang ibang iniisip kundi magwalk-out sa event. Kaya kahit naka-heels pa ako ay nagawa kong tumakbo upang takasan ang malaking kalokohan na ito.

Nang may isang bagay ang tumisod sa'kin. Nadapa ako at napaupo sa sahig.

"Shit! Nadapa ako sa mga wire."

Nawala ang sound system. Na-destruct ang lahat and the event is temporarily stopped because of me. They are all looking at me.

Kanya-kanyang bulungan…

'Yong iba natatawa sa nangyari.

Masama ang tingin ng lahat, sapagkat inagaw ko ang atensyon na 'yon sa di sinasadyang pagkakataon.

Ako na ang nadapa at napahiya, pero feeling nila katawa-tawa ako.

Betty come to me at inalalayan ako patayo.

Hiyang-hiya ako at tila walang mukhang ihaharap sa lahat. Kinuha ko ang isang bote ng champagne na nasa isang bakanteng table saka tumakbo palabas upang takasan ang kahihiyang iyon.

In the rooftop of the building, madilim dahil walang mga bituin sa gabing ito. Only the moon gives light for this dark evening and the lights of the vehicles na nakikita ko kapag yuyoko sa mataas na building na iyon. Tila may mga boses na bumalik sa akin alaala.

"I am sure Luna, one take at sisiw lang sa'yo ang board exam baka nga kasama ka pa sa topnotcher e!"

"Magna cumlaude pero bagsak sa board exam! Baka naman nagbayad lang sa professor?"

"Luluwas ka para magtrabaho sa Manila? Sigurado ka diyan sa desisyon mo huh?"

"Ang galing mo talaga Luna, sigurado ikaw ang susunod na magiging Accounting Manager!"

"Masyado ka nang obsess sa trabaho at alam mo 'yon… parang wala kang boyfriend! I am sorry Luna pero hindi na kita mahal that's why I have someone else."

"Lagi mo nalang sinasabing okay na sa'yo ngayon ang trabaho mo. Paano naman nakakasapat sa'yo ang 15,000 salary a month diyan sa syudad. Siguraduhin mo lang na mapo-promote ka diyan!"

I drink the champagne, dire-diretso at kasabay non ang mga luhang kahit pinipigilan ko ay ayaw magpapigil.

"Luna…"

Dumating si Betty. Lumapit siya para i-comfort ako. "Luna, bumaba na tayo please…"

"A-a-anong ginagawa mo rito Betty? Bumaba ka na at baka hanapin ka sa event!" wika ko.

"Sasamahan kita, alam kong you're not okay…" she speaks sadly. "E kaya lang naman si Nick ang napili because we can't change na fact na pamangkin siya ng isa sa mga board. E 'di ba nga ikaw pa nag training doon sa pusit na 'yon? E ang engot na non 'di ba, ultimong paglipat ng files sa flashdrive hindi pa marunong. Alam mo naman sa ngayon 'di ba, kailangan lagi kang may siko para mapansin ka. Pero kung sa galing lang, ikaw ang pinakamagaling sa lahat–"

What I heard from her makes me more guilty.

"Pinakamagaling sa lahat? Pinakamagaling...'yan ang dahilan Betty bakit ako laging nasasaktan, dahil masyado akong magaling. Kaya sana hindi nalang ako naging magaling kaysa naman sa dahil lang sa pagiging magaling na 'yan, lagi nalang akong disappointed kapag may kapalpakan–"

"P-p-pero Luna hindi mo naman kailangang gawin ang expectation sa'yo ng ibang tao 'di ba? Mas okay kung gawin mo kung ano ang gusto mo," she explained.

"Masyado ko kasi silang sinanay na magaling ako. Valedictorian 'nong elementary, valedictorian noong high school, magna noong college! Laging pinupuri sa trabaho, pinakamatagal sa trabaho, nagtuturo sa mga bago! Tinatanggap 'yong mga mura ng boss at hanggang alas-dos ng madaling araw sumasagot parin sa chat ng boss kapag may emergency. Halos pumaga na mata ko sa kaka-over time pero ano ako ngayon? Balewala ang pagiging magaling ko Betty! Sana naging tamad na lang din ako mag-aral noon. Kasi...tingnan mo naman mga classmate natin na laging zero sa exam, finally they are stable. May bahay, may business, may mga property na and guess what ang iba...katulad mo ikakasal na rin. Top 1 nga ako, president nga ako pero...wala pa rin akong napapatunayan sa sarili ko," sabay punas sa mga luha sa aking mukha.

"You need to rest Luna," she advised.

Ilang segundong tahimik dahil sa isang bagay na pinag-isipan ko.

"On Monday, I am going to write my resignation letter Betty," sabi ko. "W-w-wala na ako mukhang ihaharap pa sa company. Alam ng lahat na umasa ako. Nakakahiya 'di ba? Tapos kanina napahiya pa ako sa lahat," dagdag ko.

"K-k-kung 'yan ang makakapag-pagaan ng nararamdaman mo, gawin mo lang," malungkot niyang sagot.

Biglang humagin ng malakas at damang-dama ko ang lamig ng gabi sa backless kong gown.

"Betty…"

"Ano 'yon?"

"Uuwi ako, uuwi ako sa probinsya, uuwi ako sa'tin," wika ko.

Betty smiles at me. "Tama ang naging desisyon mo Luna. Siguradong makakamove on ka kaagad doon. Kung pwede nga lang sanang…sumama na rin sana ako sa'yo e! Sobrang nakakamiss 'di ba? Nakakamiss noong mga estudyante pa tayo!" kwento niya.

"Kung pwede nga lang sanang…habambuhay nalang tayong mga bata. Growing up and being an adult is one of the most pressure stages in life. Too much expectation, people evaluates us kung ano na ba ang narating natin. Noong mga bata pa tayo, napakarami nating mga pangarap not knowing na hindi pala ganun kadali abutin ang mga ito," paliwanag ko.

"Ano? Gusto mo ba hiramin natin ang time machine ni Doraemon?" biro ni Betty.

Napatawa kaming dalawa. "Kung babalik ka sa probinsya sigurado akong maalala mo ulit ang mga masasayang moments natin noon. Ang sabi pa naman ni Alex sa group chat, nagpaplano siya para sa reunion natin–"

"Naku hindi ako pupunta 'no!" pagtanggi ko.

"Anong hindi! Ikaw ang class president, student council president at valedictorian tapos hindi ka pupunta!" mukhang naiinis na sabi ni Betty.

"Hay naku, highschool reunion? Ang sabi nila isa lang naman daw ang mangyayari kapag highschool reunion. Kumustahan ng mga narating na sa buhay, kumparahan kung sinong may pinakamalaking sweldo. Pakitaan ng mga fiance at tanungan ng mga investment!" naiinis kong paliwanag.

"So that's the reason kung bakit ayaw mong mag-attend?" tanong ni Betty.

"Lalo na sa nangyari sakin 'no! Nakakahiya lang kung magpapakita pa ako at i-jujudge lang nila ako!" pagdadahilan ko.

"'Yan ba talaga ang tingin mo sa kanila Luna? Hindi naman lahat e…naging mayaman na o gumanda na ang buhay. Karamihan nga e…lumagay na sa tahimik ang buhay e! Palibhasa wala kang IG, at hindi ka rin masyado sa social media kaya wala kang balita sa kanila. Katulad ni Kobe—"

"Hay pwede ba Betty…umuwi na lang kaya tayo sa apartment?" pag-iba ko ng usapan.

"Sus…narinig mo lang pangalan niya e! 'Wag mong sabihing hindi mo na naalala si Kobe Del Rosario?"

Tila lumakas ang tibok ng aking dibdib sa pangalang binanggit ng aking kaibigan. Napatingin nalang ako sa maraming sasakyan na natatanaw ko sa ibaba mula sa rooftop na iyon. At sa pagkakataong iyon ay nabura ang lungkot ng aking mukha. Bigla nalang akong napangiti.

"S-s-si Kobe…Kobe Del Rosario, kumusta na nga ba siya Betty?"

/2/ Hide and Seek

First Love–ito yung madalas nagpapaalala kung paano unang nabigo ang isang tao, pero madalas kapag naalala natin ito sa kasalukuyan ay nagagawa nating makaramdam ng panghihinayang.

Halos hindi ako makatulog simula ng banggitin ni Betty kanina si Kobe Del Rosario. Nakatitig lamang ako sa kisame ng aking kwarto habang nakahiga. Tanging liwanag lamang ng lampshade ang nagbibigay liwanag sa aking buong kwarto.

Hindi ko mapigilang maalala kung sino nga ba si Kobe Del Rosario—na naging bahagi ng aking kwento noong ako'y bata pa.

Year 1997 (Montessori House of Learning for Kids)

Ang unang bagay na naalala ko sa tuwing binabanggit ang pangalan ni Kobe Del Rosario ay ang unang araw kung paano kami nagkakilala. We're both five years old back then.

Pero ang linaw parin sa alaala. Siguro marahil kapag special ang mga araw, ayaw pakawalan ng iyong isipan.

I was watching my classmates playing hide and seek on the school playground. Naiinggit ako sa kanila dahil gusto ko man sumali ay hindi ako marunong. Bata palang kasi ay naging hobby ko na ang pag-aaral. Isang batang lalaki ang nag-time first sa mga kalaro at niyaya akong sumali.

He teached me how to play hide and seek ngunit sa una ay naging magkakampi muna kami dahil hindi pa ako marunong. Hawak-hawak niya ang aking kamay at hinila niya ako sa loob ng stock room para tumago.

"Psst…" Tinakpan niya ang aking bibig sa pamamagitan ng malalambot niyang kamay upang hindi ako mag-ingay.

Madilim at maraming gamit sa loob ng stock room. Nakakatakot din ang sapot ng gagamba na nakapalibot sa'min.

Nang lalabas na sana kami upang parehong makapag-save at unahan ang kaklase naming taya sa laro ay hindi na namin mabuksan ang pinto. Sumigaw siya nang sumigaw ngunit mukhang walang nakakarinig.

Na-locked kami sa loob ng stock room.

Umupo siya sa gilid habang palingon-lingon sa paligid na madilim at puro sapot ng gagamba kasama ang mga lumang kagamitan. Halatang takot na takot siya.

Umupo ako sa tabi niya. "W-w-wag kang matakot." Iyan ang salitang naalala kong binanggit ko sa kanya noon.

Nang mag-uuwian na ay napag buksan na kami sa wakas. Siguro ay saka lang napansin ng aming teacher noon na pareho kaming nawawala nang dumating na ang sundo kong si Aling Winny.

Simula noon lagi na siyang sumasabay umuwi sa'kin sakay ng tricycle na si Aling Winny ang driver dahil doon ko lang din nalaman na halos limang bahay lang pala ang pagitan ng aming bahay sa bahay nila.

Naging magkaklase rin kami sa grade 1 sa isang public school sa aming barangay. Siya 'yung tipo na hindi katulad ng aking mga kaklase kong lalaki noon na puro text ang nilalaro. Text ang tawag doon sa karton na card na may mga picture ng dragon ball z. Naging bola kasi ang madalas niyang laruin noon at ganun din naman ako. Simula grade one hanggang grade three naiinggit ako sa mga kaklase kong naglalaro ng chinese garter at jackstone dahil sa hindi ako kailanman natuto sa mga ganong klase ng laro. Madalas snake and ladder lang nilalaro ko mag-isa at kalaban ko rin ang aking sarili.

Sa tuwing may mga batang naglalaro sa labas ng aming gate, wala akong ibang ginawa kundi nakatanaw lang sa kanila sa loob ng aming gate. Naging mahigpit kasi sakin si Auntie Flerie at gusto niya ay maging focus ako sa pag-aaral. Ganoon din ang mga magulang ni Kobe sa kanya, hindi siya pinapagayang basta-basta makipaglaro sa mga batang kalapit bahay namin. Kaya naman halos nagsawa ako sa batang si Kobe dahil siya ang lagi kong kasama papasok at pauwi ng school.

Year 2000 (Legazpi Elementary School)

Noong Grade three kami nakaranas ako ng matinding squat. Hindi ko na maalala kung paano nagsimula ang gulo ngunit ang naalala ko lamang ay binully si Kobe ng mga taga-kabilang section-Section B. Dahil nakita kong pinagtatawanan siya. Pinaghahagis ko sa putikan ang kanilang mga bag ng dalawang batang nang-bubully sa kanya. Kinuha nila ang bag nilang puro putik kasama ang kanilang mga notebook at iba pang laman ng bag. Dahil doon, pinasquat kami ng aming adviser habang may magkapatong-patong na libro sa mga palad. Wala namang ibigsabihin ang ginawa kong 'yon kundi ipagtanggol lamang siya dahil alam kong masama ang mambully ng kapwa bata.

Ang kaso…

"Bat ka ba tumitingin kanina pa?" pabulyaw kong tanong sa batang lalaking nakaupo sa harap ko. Naiinis ako dahil nagbabasa ako noon at hindi ako makapag-concentrate sa pagbasa dahil nakaharap siya kanina pa sa'kin.

"Crush kasi kita!" mabilis na sagot ng batang si Kobe ngunit hindi makatingin ng diretso.

Akala niya hindi ko narinig dahil maingay ang buong klase. May mga nagjajack-stone sa gilid at naghahabulan ang mga lalaki.

"Crush kasi kita!!!" pag-uulit niya. Napalingon ang lahat sa amin sa lakas ng pagkakasabi niya.

Agad kong kinuha ang makapal kong file case sa ilalim ng aking desk at hinampas siya ng tatlong beses.

"Aray! Aray! Tama na!" Kulang na lang ay umiyak siya sa sakit.

"'Wag mo nang uulitin pa! Masamang magsinungaling!" sabay walk-out ko at narinig kong pinagtawanan siya ng lahat.

Year 2002

We're already Grade four, hindi na kami sinusundo ni Aling Winny dahil kaya na naming maglakad mag-isa pauwi. That was the time na lagi kaming sabay na naglalakad ni Kobe pauwi. Hindi naman kasi ganun kalayuan ang pinapasukan naming elementary school pauwi sa'ming mga bahay. Kaya naman madalas kaming magkwentuhan habang naglalakad pauwi sa hapon.

"Ang bagal mong maglakad Kobe! Baka hindi na natin maabutan ang Dragon Balls na niyan e! Sigurado akong tatalunin na ni Goko si Majin Buu," wika ko.

"Oo na bibilisan ko na!" Binilisan na niya ang paglalakad at sinabayan ako na kanina lamang ay nahuhuli siya.

Pasan-pasan ko ang pack bag kong mabigat sa likod dahil dinadala ko lagi ang lahat ng libro habang ang bag niya ay tila walang laman.

"Ang bigat-bigat ng bag mo! Bakit mo kasi dinadala araw-araw lahat ng aklat natin?" tanong niya.

"E ikaw? Laging galit sayo si ma'am dahil hindi ka nagdadala ng aklat!" sabi ko. "Huwag mong kalimutan ang assignment natin sa Math huh!"paalala ko.

Tumungo lamang siya habang patuloy kami sa paglalakad. "Hindi ko maintindihan ang Math kanina!" nahihiya niyang sagot.

"Ayan kasi hindi ka nakikinig! Magpaturo ka sa Mommy mo!" advised ko sa kanya.

"Gabi na umuuwi si mommy e…galing office!" pagdadahilan niya.

"E di sa Daddy mo!" sabi ko.

"E…lagi na lang 'yon umaalis e! Tapos pag-uwi lasing na." Biglang nalungkot mukha niya at lalo na ang kanyang mga mata.

Bata palang kami ay alam na alam ko na kapag malungkot ang kaibigan ko. Halatado ito sa mga mata niya at biglang nawawala ang dimples niya sa magkabilang pisngi.

"Oo na sige na! Bukas agahan mo pasok! Dapat bago mag-flag ceremony ay nasa classroom ka na kasi tutulungan kita sa assignment!"

Muling nanumbalik ang sigla ng mga mata niya at nagpakita muli ang kanyang dimples.

"Talaga? Yehey!!!"

Pagdating namin sa harap ng bahay nila.

"O ayan na dito ka na!" sabi ko habang nakatanaw sa malaking bahay nila na kulay puti at may malapad na balkonahe sa taas.

"Sige papasok na ako!" Hahakbang na sana si Kobe nang marinig namin ang…

Tila may nabasag na bagay at nagsisigawan sa loob ng kanilang bahay.

"Ano 'yon?" tanong ko.

At tila naging malungkot na naman ang mga mata niya. "Nag-aaway na naman sina mommy at daddy," malungkot niyang sagot. Tumakbo siya papasok ng gate.

Habang ako…

Naiwan akong nakatitig sa bahay nila. Sa murang edad ko noon ay iniisip ko kung anong meron sa loob ng bahay nila na lagi nalang magulo at tila may nagsisigawan. Sa murang edad ko noon ay nakaramdam ako ng awa sa aking kababata na si Kobe.

Mga dalawang buwan pa ang nakalipas ay bigla na lang hindi na siya pumapasok. Wala na akong nakakasabay umuwi. Kapag uwian at naglalakad ako mag-isa ay sinisilip ko siya sa loob ng kanilang bakuran ngunit wala rin siya. Hanggang sa sinabi sa amin ng aming adviser na inilipat na nga raw ng ibang school si Kobe- sa isang private school sa bayan.

****

Heto pa rin ako't nakatitig sa kisame ng aking kwarto matapos maalala ang lahat ng nakaraan. Matapos alaahanin ang isang batang lalaki ay tila nakaramdam ako nang malalim na kalungkutan. Maraming taon na ang lumipas ngunit walang nagbago sa nararamdaman ko para sa kanya.

"Sana masaya na siya ngayon," ang tanging nasambit ko sa aking sarili bago ipikit ang aking mata at matulog.

Monday morning ay mainit ang ulo ni Ms. Zandra pagkatapos lumabas ng conference room. Tulad ng dati ay nanlilisik nanaman ang mata niya sa tuwing may nais pagbuntungan ng kapalpakan. Sintaas ng kanyang itim na high heels ang kanyang kilay habang pabalik ng accounting department. Hindi tuloy maiwasan ng mga kapwa ko empleyado na mapatingin sa kanya na para bang isa sa'min ang hinahanap. Mabilis siyang sinalubong ng kanyang secretary.

"Ma'am tumawag po ang general manager ng Phil Funding, ang sabi po niya wala naman daw po kayong email or message sa kanya," natatakot na paliwanag ng secretary.

"Pwes pakitawag si Luna sa office ko!" sabay bagsak ng pintuan bago pumasok ng kanyang opisina.

"Bakit ikaw?" pabulong na tanong sa'kin ng katabi kong si Betty.

"Miss Luna pakibilis lang baka ako nanaman ang pag-initan," pakiusap ng secretary sa akin.

Tumayo ako. "O bakit kayo nakatingin lahat sa akin? Diretso ang trabaho, sayang ang oras." Kanya-kanyang balik sa pagcocomputer ang mga kasamahan ko.

Lakas-loob na naglakad ako papunta sa opisina ni Ms.Zandra at alam na alam ko na ang susunod na mangyayari.

Lalong tumaas ang kilay ni Ms.Zandra sa pagpasok ko.

"May kailangan ho kayo?" I asked confidently.

"Hindi lang naman nakapunta kanina ang general manager ng Phil Funding dahil ang letter na pinapasend ko sa'yo sa email ay hindi mo pala sinend. You know what? It will affect our planning this incoming three months. Pagkakataon na kanina to convince the Phil Funding na isa sila sa maging funder ng bago nating program pero dahil sa'yo—"

"Marami pa hong pagkakataon to talk with Phil Funding. Pwedeng mismo tayo ang pumunta sa kanila dahil tayo ang may kailangan. Pwede rin natin sila i-invite to our program orientation para magka-idea na sila. Hindi po natin sila makukuha ng mabilisan," I explained.

"Why Luna? Who do you think you are? You are just my staff!" bulyaw niya sakin.

"I am just suggesting Ms. Zandra, like before diba ho…sa'kin naman kayo kumukuha ng mga idea? Oo nga pala! I am just your ordinary staff so bakit mo nga pala kokopyahin ang idea ko?" pang-aasar ko.

"Is this a personal matter Ms.Luna?" masungit na tanong ni Ms. Zandra.

"Ngiting-insulto ako sa harap niya. "What I am trying to say Ms. Zandra is…bakit ako ang sinisisi mo sa hindi pagsipot ng Phil Funding? Because the truth is…it's your job to send the invitation last

Friday, but you forgot to send it. You reminded me Sunday na ng madaling araw. Imagine 2:00 AM uutusan mo pa akong magtrabaho kahit madaling araw e…I am not on duty naman na!" paliwanag ko.

"Sino ka na ba ngayon para sawayin ako Luna?"galit na tanong ni Ms.Zandra.

"I just want to remind you Ms. Zandra na ang pinermahan ko sa aking contract ay mag work ng 8AM TO 5PM! Wala namang nakalagay doon na kailangan ko sundin ang utos niyo kahit madaling araw na—"

Biglang tumawa si Ms. Zandra na ikinatigil ng pagpapaliwanag ko.

"You act differently Ms.Castillo. Hindi ka ganyan before. Dahil ba sa promotion? Because you expected that you will be the next—"

Pumantig tenga ko. Ito ang ayaw kong pag-usapan sa lahat. Wala na akong naging sagot. Padabog ko na lamang inilapag sa table ni Ms. Zandra ang papel na nakatupi galing sa bulsa ng blazer ko.

"Thank you for the experience. Simula sa araw na ito, hindi na po ako employee in this company." Mabilis akong lumabas ng office ni Ms. Zandra.

Sumalubong sa akin si Betty. "Anong sinabi sayo Luna? Okay ka lang ba?"

Ngunit di ko pinansin ang aking kaibigan. Dumiretso ako sa aking table at isa-isang nilagay ang mga gamit sa loob ng kahon..

All the employees look so sad while watching me.

"M-m-mi-miss Luna…iiwan mo na ba kami? Paano naman ako? Wala nang magtuturo sa'kin?"

"May nalipatan ka na bang company Luna? Baka naman pwede mo kaming isama? Ayaw na rin namin dito, napaka-unfair ng promotion. Daig ng may siko ang masipag at magaling."

"Oo nga tapos wala pang bayad ang overtime."

"Kainis, wala namang bago kung sino ang may backer e 'yon ang napopromote!"

Ngunit wala nang makakapagpigil pa sa'kin.

"This is my final decision." Huminga ako nang malalim matapos makalabas sa malaking building ng kompanya ng matagal kong pinagtatrabahuhan. Ngunit ang tagal na iyon ay balewala lang. Hindi ako kailanman nakita at pinasalamatan ng isang lugar na sobrang tagal kong pinaglaanan ng buo kong oras.

"S-s-siguro nga…siguro nga ay hindi ako nararapat sa lugar na ito," bulong ko sa aking sarili habang pinagmamasdan ang maraming mga sasakyang dumadaan, mga taong tumatawid at mausok na kapaligiran.

"Babalik na ako, babalik na ako sa lugar na kung saan ay kaya akong tanggapin."

/3/ 1,2,3 Say Cheeze!!!

May mga pangyayari minsan sa buhay na hindi nagkataon lang, kundi ito ay sinadya ng pagkakataon.

Biglang tumigil ang bus sa gilid ng kalsada at may mag-inang nagmamadaling umakyat.

"Pasensya na po kayo, nagmamadali kasi kami at malalate na ang aking anak sa art competition!" pagkasakay ng isang ina kasama ang estudyante niyang anak na mga nasa sampung taong gulang.

"San po ba ang baba ninyo?" tanong ng konduktor.

"Sa may plaza lang po!" sagot ni Ale saka sila naghanap ng bakanteng upuan.

Umupo ang ale sa tabi ko at kinalong na lamang niya ang kanyang anak.

"Mama, baka ma-disqualified na po ako sa art competition," pag-aalala ng bata.

Ngumiti ang ale. "'Wag mo nang isipin 'yon at baka matalo ka pa. Makakahabol tayo anak," aniya.

Naalala ko tuloy na minsan akong lumaban sa isang art competition sa aming probinsya. Ang pagsali ko sa competition na iyon ay inaakala kong nagkataon lang noong una pero may dahilan pala.

Year 2002 (Auntie Flerie's House)

"Rukawa! Rukawa! L-O-V-E Rukawa!" cheer ng tatlong babaeng patay na patay kay Rukawa. Napalingon naman sa kanila si Sakuragi habang naglalaro ng basketball at tila namumula ang kanyang mukha sa inis.

Dahil doon, natamaan siya ng bola.

Biglang pinindot ni Auntie Flerie ang switch off ng makapal naming telebisyon.

"Ano ka ba Luna,'wag mo nang aatupagin ang panonood. Ang sabi ng iyong coach medyo hindi ka pantay kumulay" paalala ni Auntie Flerie.

Nabitin tuloy ako sa pinapanood kong Slam Dunk. Sayang mukhang nakakatawa na ang susunod na scene. Siguradong sasapakin nanaman si Sakuragi sa ulo ni Akagi. "O-o-op-opo Auntie, magpa-praktis na ho ako," sagot ko.

Dali-dali akong tumayo mula sa pagkakaupo ko sa sahig. Agad kong kinuha ang mga drawing materials ko para mag-ensayo.

"Kailangan mong mag-praktis ng mabuti," paalala pa ng aking Auntie Flerie.

Tumungo siya sa kusina at pagbalik ay may dalang cookies na inilagay sa table na pagpupwestuhan ko. "Magaling ang mga makakalaban mo sa ibang school," dagdag pa niya.

"Gagawin ko po ang aking makakaya," sagot ko.

Ako talaga ang klase ng batang hindi palakibo, hindi pala-kwento at madaldal. Mahiyain kasi ako simula palang sa una pero pagdating sa klase at sa mga contest na nilalabanan ko, ako 'yung klase ng batang hindi magpapatalo.

Kaya nga todo ensayo ako sa pagguhit at pagkulay. Ako kasi iyong napili ng aming paaralan para lumaban sa isang art competition sa darating na fiesta. Lahat ng mga pampublikong paaralan at pribado sa elementary ay may kanya-kanyang representative.   Tulad ng sinabi ni Auntie Flerie, naging focus ako sa pag-praktis para mas maging magaling sa pagguhit.

Manalo, makilala, at maging Champion! Walang sinuman ang makakatalo sa akin. Kung nakaya kong manalo sa mga quiz bee, ito pa kayang drawing lang.

Dumating ang araw na matagal ko ng hinihintay. Nagsasaya ang buong bayan at lahat ng tao sa paligid. Malakas ang tunog ng mga drums at tugtog ng mga nagpa-parada. Sumasayaw ang mga matatandang nasa gitna ng kalsada na may makukulay na costumes. May mga banda at mapuputing babaeng kumekembot hawak ang kanilang baton.

"Bakit kaya halos lahat ng pinipili sa banda ay maputi at maganda ang legs? So…ibigsabihin pwede rin pala ako diyan pagdating ng highschool. Naku, wag na lang, siguradong hindi papayag si Auntie Flerie dahil sasabihin na naman niyang nakakaistorbo ito sa academics ko. S-s-sa-saka nakakadiri kaya kumembot tapos ang daming manonood sa'yo," isip ko.

"Halika na Luna, 'wag na natin tapusin ang parada. Magsisimula ng ang competition. Handa ka na ba?" nakangiting tanong sa akin ng aking coach.

"O-opo Sir," tipid kong sagot.

Pumunta na kami sa munisipyo ng aming bayan, sa may pinakamataas na palapag kung saan gaganapin ang competition. Kasabay namin paakyat ng hagdan ang ibang mga representatives ng school. Napakahigpit ako ng yakap sa mga art materials na dala ko habang nakikita ang ibang coach at kapwa bata ko na aking makakalaban.

"K-k-ka-kaya ko ito," isip ko. Napabuntong hininga upang mabawasan ang kaba.

Pagdating sa harap ng pinto ng silid. Humarap sa akin si Sir.

"Luna," sambit niya.

"Po, Sir?" tanong ko.

"Kapag nagsimula ng ang inyong laban, bawal ang coach sa loob," aniya.

"S-s-sige po,"

"'Wag na 'wag kang titingin sa mga kalaban mo habang nasa gitna ng laban. Magiging destruction lamang ito sa pagguhit mo," nakangiti niyang paalala.

Tumango ako. "Gagawin ko po."

Binuksan ni coach ang pinto at pumasok kami. Agad akong nakaramdam ng matinding lamig dahil sa malakas na aircon. Subalit ang lamig ng buong katawan ko ay nadagdagan pa lalo. Isang batang lalaki ang naging dahilan nang mas malakas na kabog ng aking dibdib.

Walang iba kundi ang kababata kong si Kobe Del Rosario. Ang totoo naiinis ako sa kanya dahil hindi lamang siya nagsabi sakin na magtatransfer pala siya ng school. Kahit magkalapit lang ang aming bahay ay tila nagkalayo kami nang lumipat siya ng school.

Ngumiti siya sa akin.

"A-a-anong ginagawa niya rito?" tanong ko sa aking sarili.

"Nagmadali siyang lumapit habang hindi pa nagsisimula ang competition dahil may mga ilan pang hinihintay.

"Kobe?" bati ni Coach.

"Kumusta na po kayo Sir?" tanong niya.

"Nabanggit sa akin ng inyong Principal na isa nga raw transferee ang panlaban nila. Hindi ko naman agad naisip na ikaw pala 'yon. Naku, kung hindi ka umalis ng school, siguradong ipaglalaban muna kayo ni Luna kung sino ang panlaban sa inyong dalawa," kwento ni Sir.

Tila hindi ako makaimik sa mga narinig ko. "Hindi pwede, hindi pwedeng siya ang kalaban ko."

"Hi Luna!" 'Yung mga ngiti niya, hindi pa nagsisimula pero nadedestruct na ako.

Nauutal ako, hindi ko alam ang gagawin ko. Hindi ko rin alam sasabihin ko. "H-h-he-hello," matipid kong bati.

Ewan ko ba kung bakit nawala bigla ang pagkainis ko sa kanya. Parang bigla nalang ako nanlalambot sa mga ngiti niya kaya sobrang nahihiya ako at naiilang.

Nakatingin nanaman ang mala-anghel niyang mata sa mukha ko. Nakakainis, parang gusto kong tumago. Nakakapagtaka lang kasi noong kinder kami hanggang grade three ay hindi naman ako nakakaramdam ng ganito pero bakit nga ba bigla na akong nakakaramdam ngayon ng pagkailang. Paano ba ako makakaiwas?

"S-s-sir, mag-ccr lang muna po ako. Hindi pa naman po nagsisimula e," paalam ko.

"Basta bilisan mo lang," pagpayag ni Coach.

Nagmadali akong lumabas ng room na iyon. Hindi naman talaga ako pupunta sa CR. Naguguluhan lang kasi ako sa mga nangyayari.

"Luna!!!" Isang batang lalaki ang mabilis na lumapit sa akin kaya napahinto ako sa paglalakad.

"Anong ginagawa mo rito?" tanong ko.

"E…di lalabanan ka," sagot niya. Hindi ko alam kung dapat ba akong matuwa o maging masaya sa nalaman ko na magiging magkalaban kami.

Magiging masaya ba ako kasi nagkita kami ngayon. Gusto ko talaga kasing mag-sorry sa ginawa ko sa kanya ng huli. Masakit ang mahampas ng file case.

O kaya e…'di dapat ako matuwa kasi bakit siya pa? Bakit isa siya sa magiging kalaban ko?

"Good luck nalang sa atin Kobe!"

"Ano ka ba Luna, 'wag ka masyadong kabahan. Di hamak na mas magaling ka sa akin." Muli nanaman siyang ngumiti at kapag ngumingiti siya lalong gumaganda ang mga mata niya.

Rinig hanggang dito ang singing contest sa plaza. Ang babaeng kumakanta kasabay ng mga naghihiyawang audience.

"What is this I'm feeling, I just can't explain

When you're near I'm just not the same

I try to hide it

I try not to show it

It's crazy, how could it be?"

Iyon ang unang pagkakataon na nakaramdam ako ng kakaiba para sa aking kababatang si Kobe Del Rosario.

Nagsimula na ang laban. Nasa mahabang mesa ang mga kasali at mga nasa 20 kaming kalahok. Mukhang magagaling ang lahat dahil seryoso sila sa pagguhit. Pero ako…hindi ko maiwasang mapa-sulyap kay Kobe na nasa bandang dulo siya nakapwesto.

Naalala ko sinabi ni coach kanina. "Wag na 'wag kang titingin sa mga kalaban mo habang nasa gitna ng competition. Magiging destruction lamang ito sa pagguhit mo."

"Tsk…tsk..bakit kasi ngayon pa? Kung alam ko lang sana na kasali si Kobe, di na sana ako sumali. Baka siya nanaman maging dahilan ng pagkatalo ko."

Hindi ko alam kung nagkataon lang ba na maging magkalaban kami o talagang sinadya ng pagkakataon?

After 1 hour natapos ang competition. Agad na dinisplay ang aming mga gawa upang makita ng judges. Pagkatapos ng mga judges, open na ang mga gawa namin para sa mga nais tumingin.

Tiningnan na namin ito kasama ko si coach, at ganun din ang ibang mga kasali. Maganda ang gawa ko. Hindi sa nagmamayabang pero maganda ang gawa ko pero…

"Wow, look at this work, mukhang ito ang mananalo." Halos lahat ng tao nasa harap ng gawa ni Kobe. Mukhang siya ang mananalo at hindi ako.

Kaya naman noong in-announce na ang panalo sa stage ng plaza ng aming bayan ay hindi na ako nagulat. I got the first place only, and Kobe was the champion.

Pero hindi ko alam kung bakit sa halip na malungkot ako sa resulta ay naging mas masaya pa ako.

Nasa stage kaming apat, ang champion, katabi si first place, second place at third place. Hawak-hawak namin ang aming mga gawa na nakaharap sa mga tao sa baba ng entablado. I saw Auntie Flerie taking pictures of me. Kanya-kanyang kuha ng litrato ang mga photographer gamit ang kanilang mga camera.

"Wow, a big congratulations to all the winners!" bati ng MC. Palakpakan lahat ng tao.

"Huwag munang bababa ng stage mga bata huh…Pakiayos ng kapit ang inyong mga gawa para makita sa camera. Compress naman kayo mga kids…" Pinagdikit-dikit kami ng MC, dahilan upang magkadikit ang aming mga braso ni Kobe.

Ewan ba at para akong nakuryente…nakakahiya. Pinagpapawisan ako.

"Congrats sa atin Luna, bati ni Kobe. Sinagot ko siya ng ngiti.

"Okay 1, 2, 3 say cheeze!!!" sabay kuha ng litrato ng matandang babaeng nasa harap namin.

Ang mga puri, palakpakan at mga camera na nakatutok sa amin sa mga oras na iyon ay hindi ang dahilan ng aking ngiti, kundi ang ngiti ko ay dahilan ng kaligayahang makita si Kobe na masaya, dahil siya ang nanalo.

Lumipas pa ang mga araw, mas naging abala na ako sa pag-aaral dahil sa grade six na ako. Mas naging masipag din ako sa pag-aaral dahil nga sa malapit na ang graduation. Inaasahan na kasi ng lahat ang pagiging valedictorian ko. Biruin mo 'yun magha-hayskul na ako sa wakas!

Dumating na rin sa wakas ang araw ng graduation. Hindi man lang nakauwi si papa, at mabuti na lamang andiyan si Auntie Flerie na siyang sumama sa akin sa pag-akyat ng stage at nakinig ng aking speech.

First Day of School, first year highschool na ako. Palabas na sana ako ng gate ng bahay ni Auntie Flerie nang...

"Luna, baon mo!" Iniaabot ni Aling Winny ang lunch box.

Agad ko itong tinanggap. "Salamat Aling Winny."

"Naku bilisan mo at baka malate ka. Hindi pwedeng malate ang valedictorian noong elementary dahil panigurado ikaw ulit magiging valedictorian ngayong highschool," sabi niya.

Napangiti ako at napakamot ng ulo sa sinabi ni Aling Winny. "Hay...antagal-tagal pa non Aling Winny e!"

"Sige po aalis na ako!" Binuksan ni Aling Winny ang maingay na gate saka tumakbo na ako paalis.

Sa malapit na school lang ako nag-enroll ng highschool kaya naman hindi na kailangang sumakay. Plantsadong-planstado ni Aling Winny ang white long sleeve at palda na maroon na suot kong uniform. Kasabay ko sa paglalakad ang maraming mga estudyante na papasok din sa paaralan na kung saan ako papasok.

St. Bernadette Academy— sa isang private school ako pina-enroll ni Aling Flerie dahil iyon din ang bilin ni papa. Nanggaling ako sa public school kaya siguradong maninibago ako. Balita ko maraming matatalino at talentado ang pumapasok doon.

Lumakad na ako papasok ng gate ng isang malaking school. Maraming mga estudyante na mukhang mga dalaga na at binata, 'yung iba maiingay at matatangkad— siguro sila 'yung mga higher year. May mga tumutugtog ng gitara sa gilid. Sa bawat gilid ay may mga grupo-grupo na masayang nagkukwentuhan na para bang ang tagal nila na hindi nagkita.

Nang makarating ako malapit sa flag pole ng school ay napahinto ako sa paglalakad. Tila ba nasa isang bagong planeta ako na hindi alam ang pupuntahan. Inikot ko ang aking paningin at tunay nga na napakalaki ng St. Bernadette Academy. Napapaligiran ang buong campus ng carabao grass at kulay black at white ang pintura ng mga classroom at gusali.

"Tsk…tsk…paano ko naman malalaman kung saan ang classroom ng mga first year students?" nalilito kong tanong sa aking sarili.

Muli akong lumingon sa paligid upang maghanap ng tamang tao na pagtatanungan. Nang isang saglit pang tila lumakas ang ihip ng hangin at tumahimik ang buo kong paligid sa aking nakita.

Papalapit siya nang papalapit kung saan ako nakatayo. Hindi pa siya nakakalapit ay kitang-kita ko na agad ang maamo niyang mukha at kalmadong mga mata, ang manipis at nakangiti niyang labi at ang kanyang attractive na dimples sa magkabilang gilid ng kanyang pisngi.

Palakas nang palakas ang kabog ng aking dibdib lalo na ng nasa harap ko na siya. Tila nalilito ang aking isipan sa mga nangyayari, sa palagi nalang nangyayari, ang palagi nalang naming pagkikita.

"Anong ginagawa rito ni Kobe Del Rosario?" tanong ko sa aking sarili.

Nagkataon lang ba o talagang itinadhana?

/4/ Slam Book

Kung ang mga bagay lumuluma, ang tao naman dumarating sa puntong nagsasawa. Paulit-ulit na tumatawag sa aking cellphone si Miss Zandra na paulit-ulit ko rin kinacancel.

Napaupo ako sa lumang bangko sa aking kwarto. Hanggang ngayon nasa study table ko parin ang lumang radyo, ang mga collection ko ng CD noong high school. Medyo magulo na ang pagka-patas-patas nila kaya inayos ko ito.

CD ng Slum Dunk, Flame of Recca, Dragon Balls, Naruto at halos lahat ng usong anime noon. Kahit pinapalabas sila sa TV noon bumibili parin ako ng CD sa tuwing sinasama ako noon ni Auntie Flerie sa palengke.

"Incoming Call…Betty"

Sinagot ko ito. "Napatawag ka Betty?"

"Tumatawag daw sa'yo si Miss Zandra, ni hindi ka man lang daw marunong sumagot," sabi ni Betty mula sa kabilang linya.

"Para ano pa ba? Saka nag-resign na ako ano! Ngayon lang ako nakarinig na nag-resign na pero ginugulo parin!" naiinis kong sagot.

"E kasi naman…gusto ka raw pabalikin e!" dagdag pa ni Betty.

"Baliw na ba sila? Bakit ooferan ba nila ako ng malaking sahod o promotion? At kahit gawin pa nila 'yon di na ako babalik Betty! Nagsawa na ako sa pagiging paasa nila at paggamit nila sakin. Hay…ang kapal talaga!" naiinis kong paliwanag.

"Mabuti pa siguro Luna magpalit ka nalang muna ng number mo at mag-deactivate ka sa social media," suggest ni Betty.

Napabuntong hininga na lang ako. "Mabuti pa nga siguro Betty. Tatawagan nalang kita Betty kapag nakapagpalit na ako ng bagong number," paliwanag ko.

"S-s-sige, basta balitaan mo nalang ako huh," paalam ni Betty.

"Sige, bye!"

This time, I already turn off my phone dahil baka tumawag nanaman si Ms. Zandra. Mas mabuti pa siguro kong itago ko muna ang aking cellphone para hindi ako ma-tempt gumamit. I open the drawer of my old study table upang itago ang cellphone at hindi na muling makatawag si bruha.

Suddenly, I saw an old notebook. It has a cute pink ribbon na nakatali. Tinanggal ko ang ribbon mula sa pagkakatali.

"Slam Book, personal property of Margarita A. Jimenez."

Oo, hindi ako nagkakamali ito ang slam book na pinakaikot noon ng aking kaklase na si Marga sa buong classroom noong kami ay 1st year highschool.

August 2005 (St. Bernadette Academy, 1-A Classroom)

Lunch Break—'yong mga classmates kong lalaki kapag ganoong oras nasa labas at naglalaro ng basketball. Ang mga babae kanya-kanyang grupo ng chismisan, 'yong iba naman nandito sa loob ng classroom at nag-gigitara habang kumakanta.

"Hay ang ingay…" Agad kong sinara ang aking aklat dahil na-destruct ako sa ingay ng mga kaklase ko.

"Hi Luna!" magiliw na bati ni Marga.

Margarita Jimenez–ang kikay naming classmate na sobrang weakness ang Mathematics at lahat nalang ata ng gamit niya ay pink at may ribbon. Hinila niya ang bangko at tumabi sa'kin. Hawak-hawak niya ang isang cute na notebook na kulay pink sinkulay ng headband niya. "H-h-huwag ka mag-alala, di naman ako magpapaturo sa math e!" Nabasa agad niya ang nasa isip ko. Mahina kasi si Marga sa Math.

"Kung ganon, ano 'yang hawak mong notebook?" I asked curiously.

"Slam book!" masayang sagot niya.

"E ano naman 'yun?"

"Hay Luna naman, isang linggo na itong pinagpapasahan-pasahan dito sa loob ng room, hindi ka parin updated." Agad niyang binuklat at pinakita sakin ang mga nilalaman nito. "Ganito kasi 'yun Luna, sa totoo lang ikaw nalang

ang hindi nakaka-sagot dito e. Lahat ng classmates natin nakasagot na rito. Kaya it's your turn na!" she explained.

"Hah! Pasasagutan mo ako? Pasensya na busy ako e—"

"Please Luna…mamaya ka na mag-aral. Para ka namang kj diyan e! Sige na, ikaw nalang kulang dito e! Saka pa-birthday mo na sa'kin please, tutal naman birthday ko na next month e!" pakiusap niya.

"Ay di regaluhan nalang kita!" mabilis kong sagot.

Nalungkot bigla mukha ni Marga. "Huh? P-p-pero Luna sobrang mahalaga sakin na sasagot ka rito, para naman hindi kita makalimutan." Kinonsensya niya pa ako sa dahilan niya.

Inagaw ko kaagad sa kamay niya ang slam book at mabilis na sinagutan.

"Thank you Luna!"

"Hintayin muna ngayon,mabilis ko lang ito sasagutan," sabi ko habang mabilis na sinasagutan ang mga tanong.

Nauna sa personal infos katulad ng mga name, age, etc.

Sumunod ang mga favorite like colors, movie, hobbies, etc.---kung saan ito 'yong part na nag-enjoy akong sagutan.

Pero ang sumunod na part.

"Who is your crush? Bakit may ganito? Napaka-chismosa naman nitong slam book na ito!"

"None," Ito ang aking sinagot na agad nag-react si Marga. "Hah? None! Hindi yan totoo, imposibleng wala kang crush! Ang sabi nila abnormal lang daw ang taong walang crush!" paliwanag ni Marga.

"At sino nagsabi non? Wala akong nabasa sa mga libro na nagsasabi na abnormal ang taong walang crush!" sagot ko.

"Hay ewan ko sa'yo Luna! Puro ka libro! Kung ano ang totoo 'yun ang ilalagay mo diyan! Hindi ka diyan pwede magsinungaling! Alam mo kung bakit? Mamalasin ka hanggang sa pagtanda mo kapag nagsinungaling ka sa slam book!" pamimilit ni Marga.

"Ano yan superstitious belief? Nagpapatawa ka ba Marga? Alam mo walang paliwanag diyan ang science, kaya paanong—"

"Kung talagang sa Science ka lang naniniwala ibigsabihin pala non pumapayag ka rin na nanggaling tayo sa unggoy!" Mukhang hindi talaga magpapatalo si Marga sa'kin.

"Kung ganyan lang di naman di ko na 'yan tatapusin!" pagsusungit ko.

Biglang naging mabait si Marga at umamo ang mukha. "Please Luna sagutan mo na please. Wala namang masama kung magsasabi ka ng totoo diyan diba? Kung nahihiya kang isulat diyan kung sinong crush mo, 'wag ka mag-alala, tutal naman ikaw na ang huling sasagot diyan. Wala nang makakakita na classmates natin kung sino ang ilalagay mo—"

"P-p-pe-pero kasi…hindi ko kasi alam kung sinong crush ko e," pagdadahilan ko.

"Ganito na lang, pag-isipan mo mamayang gabi kung sino. Kapag okay na saka mo ibalik sakin huh!" Agad na tumayo si Marga.

"Pero Marga—"

"Tapos na ang usapan, pakibalik niyan sa'kin hah!" Agad na nagwalk-out si Marga. Napabuntong-hininga na lamang ako sa inis sa mga istorbong katulad niya.

Kinuha ko ang aking English-Tagalog Dictionary sa ilalim ng aking desk.

Binuklat ko sa letter C, to find the word "crush".

Pero wala.

My friend Bettina Grace Medina or Betty passed by, habang sumisipsip sa straw ng softdrinks na nasa plastic. First year highschool kami naging magkaibigan ni Betty. She was so simple since before, napaka-cool lang niya kung kumilos, at nasa top 8 siya sa ranking. Hinila ko siya. Pabulong akong nagtanong. "Betty, ano bang crush?" tanong ko sa aking kaibigan.

She immediately got what I mean when she saw the slam book.

"Crush? 'Yong…taong hinahangaan mo, 'yong tipong napapangiti ka kapag nakikita mo. Minsan kinakabahan ka kapag papalapit siya sayo at ang pinaka…'yong lagi mong iniisip bago ka matulog sa gabi."

Na-destruct kami sa classmate naming guy na biglang pumasok ng room—si Alexus Macapagal. Pasaway, puro kalokohan ang alam, mahina sa klase at bestfriend ni Kobe.

"*Classmates!!! Naghamon ang mga sophomores sa mga freshmen ng basketball! Hindi pa tapos ang laban! Sumama kayo sakin sa court para makapag-cheer tayo sa mga classmates natin!*" *Humihingal-hingal pa ito.*

"*Oh talaga?*" *sabi ng aking mga kaklase.*

"*Naku tara na manood tayo!*" *Mabilis na tumakbo ang aming mga kaklase palabas ng classroom.*

Agad naman akong hinila ni Betty palabas ng room. 'Yung wala kang balak pero kapag nga may ganito kang klase ng kaibigan wala kang choice.

Pagdating sa basketball court, napakaraming mga estudyante ang nakapalibot sa gilid. Second year students cheered for sophomores boys who played basketball. My classmates cheered for all the freshmen boys pero ang nakakapagtaka some other girls na sophomores, juniors and seniors ay may sariling pangalan na chinicheer.

"*Go Kobe!*" *At nang naka-three points si Kobe ay tila lilindol sa buong court. The girls were all cheering for him at mukhang kinikilig.*

I thought that Kobe Bryant was the only Kobe who good in playing basketball. Pero hindi ako kinikilig kay Kobe Bryant because he is black american so hindi ko siya tipo. Mas kinikilig ako sa fictional character na si Rukawa.

Mukhang mainit ang laban. Lamang ng two points ang sophomores, syempre mas matangkad sila kesa sa mga classmates namin. I focused on watching the games kahit alam ko na magtatagumpay ang mga second year. Konting segundo na lang din naman ang natitira at lamang parin ng two points ang kalaban nila.

But then...

Biglang may naging desperado.

At halatang ayaw niyang magpatalo.

Naging mabilis sa pag-agaw ng bola si Kobe. Nang maagaw niya sa kalaban, he tried to shoot...

Ang lahat ay nakatulala.

Three point shoot!!!

Suddenly, time stopped.

Tila may isang malakas na hangin na dumaan sa kinatatayuan ko.

"Doug!Doug!!Doug!!! Lumakas kabog ng aking dibdib habang pinapanood kung paano tuwang-tuwang nilapitan si Kobe ng kanyang mga kakampi sa basketball.

Huminto ang oras sa pag-ikot. Naging malabo ang tingin ko sa paligid. Kung may isang tao lang akong nakikita sa mga oras na iyon ay walang iba kundi…

Si Kobe Del Rosario na dati lamang ay isang munting batang lalaki ngunit ngayon ay isa nang ganap na binata.

"Crush? 'Yong…taong hinahangaan mo, 'yong tipong napapangiti ka kapag nakikita mo, minsan kinakabahan ka kapag papalapit sa'yo at ang pinaka…'yong lagi mong iniisip bago ka matulog sa gabi." Naaalala ko sinabi ni Betty kanina.

Napailing ako. "H-h-hindi…"

"Hindi siya, wala akong crush."

Kinagabihan, hanggang sa paghuhugas ng plato ay hindi ko maintindihan ang paulit-ulit na sumisiksik sa utak ko ang lalaking iyon.

"Kung alam ko sana na sa SBA din siya papasok, e di sana sa iba nalang ako nag-enroll. Tsk…tsk…"

Pinatay ko na ang gripo at nagpunas ng kamay sa nakasabit na basahan sa ref. Pagdaan ko sa sala ay abala sa panonood ng TV sina Auntie Flerie at Aling Winny.

"Hay bakit kasi hindi nalang umamin si Jessie kay Justin na gusto na niya ito kaya siya aalis ng Full House!" Mukhang apektadong-apektado si Aling Winny habang nanonood.

"Malinis na po ang kusina, papasok na po ako ng kwarto." Umakyat na ako ng hagdan pero mukhang hindi nila napansin ang aking pagdaan.

"Mabuti na lamang Winny napabili ka kanina ng bala niyan sa palengke ay abay hindi ko kasi nasubaybayan sa TV. Ikinuwento lang kasi sakin ng kasama ko sa munisipyo na maganda nga raw ang istorya, e…totoo nga naman pala!" masayang paliwanag ni Auntie Flerie na tila kinikilig-kilig pa sa pinapanood nilang Kdrama Series na Full House.

Pagpasok ko sa aking kwarto ay dumiretso ako sa aking study table. Agad kong napansin ang slam book na nakabuklat na sa pahina ng—

"Who is your crush?"

Nag-isip ako nang malalim. Inaalala ang kahulugan ng crush na sinabi ni Betty. Naalala ko rin na mamalasin nga pala kung isusulat dito ang kasinungalingan.Matalino ako pero bakit ba nagpapaniwala ako sa Marga na iyon.

At habang nag-iisip, isang imahe lang ang pumasok sa aking isipan.

Ang crush ko—

Siya 'yong simula sa pagkabata ko kasama ko na. Bata pa lang kami nakaramdam na ako ng kakaiba noong hinawakan niya ang kamay ko ng pareho kaming magtago ng stock room.

Kalaro ko noon at kasabay ko sa pag-uwi.

Na kahit anong iwas ko…

Lagi parin kaming nagkikita.

Hindi ang magaling sa basketball at fictional character na si Rukawa, kundi si—

Dahan-dahan kong ginalaw ang aking kamay upang isulat ang sagot sa katanungang…

"Who is your crush?"

"K"

Ang letter lamang na iyon ang sinulat ko dahil hindi pa ako sigurado.

Dahil iisa lang ang alam ko.

Masaya ako sa tuwing nakikita at nakakasama ko siya.

Kinabukasan, saktong 6:30 ako nang dumating sa gate ng school. Medyo konti palang ang mga estudyanteng dumarating dahil medyo may kaagahan pa.

Patakbong sumalubong sa akin si Marga. Siguradong kukunin na niya ang slam book. Wala namang problema dahil handa na rin naman akong ibigay iyon sa kanya. Nasa loob lang ang aking pack bag, kukunin ko kung sasabihin niya. Tutal, wala naman nang makakakita na iba kung san nagsisimulang letra ang aking crush dahil lahat naman na ng aming mga kaklase ay nakasagot na. Ako lang talaga itong masyadong busy at nahihiya niyang i-approach na sumagot dahil busy lagi ako sa pag-aaral.

"Good morning Luna! Kukunin ko na ang slam book!" bati niya.

"Ang aga mo 'ata ngayon!" nakangiti kong bati.

"Naalala ko lang kasi na kailangan ko kunin sa'yo ng maaga dahil siguradong hindi na kita maiistorbo mamaya kapag nagsimula na ang klase," paliwanag ni Marga.

"Buti alam mo!" pabiro ko.

"S-s-saka kasi…may isa pang hindi nakakasagot sa mga classmates natin kaya nagmamadali akong—"

"Hah! Sino?" nagulat kong tanong.

"Si Kobe!" mabilis na nabura ang ngiti ko.

"Masyado siyang abala sa pagpapractice ng basketball nitong mga nakaraang araw kaya hindi ko napansin na hindi pa pala sa kanya nakakadaan ang slam book ko!" Gumulo agad ang utak ko nang sabihin ito ni Marga.

Paano kung…

Paano kung mabuko ako ng Kobe na 'yun. Medyo may kakapalan pa naman ang mukha niya kaya magiging feelingero 'yon sigurado!

Hindi! Hindi! Mag-isip ka ng paraan Luna. Alam kong matalino ka.

"M-m-m-arga…kasi ano e…Kahapon kasi naiwan ko sa kusina 'yong slam book mo," habang kinakagat aking dila sa kasinungalingan.

Nabura ang excitement sa mukha ni Marga. Inaabangan ang mga susunod kong sasabihin.

"Si Aling Winny, akala niya hindi importante kaya nagamit niya pampadikit sa uling—"

"Hah? Totoo?" Naiiyak na tanong ni Marga.

Nang tumango ako ay agad siyang humagulhol na parang bata sa pag-iyak. Napatingin lahat ng mga estudyanteng dumadaan.

"M-m-marga sorry…"

"Para san pa ba ang sorry mo Luna?" sabay walk-out.

****

Napatawa na lang ako pagkatapos sarhan ang slam book ng kawawang si Marga habang patuloy na nakaupo sa lumang bangko sa loob ng aking silid. Iyon ang unang pagkakataon na nagawa kong magsinungaling para hindi mabuko ang aking sekreto.

Higit sa lahat ay para lang protektahan ang nararamdaman ko kay Kobe noong mga panahong iyon.

/5/ Paper Dance

Huwag kang umasa kung ayaw mong masaktan. Huwag mong bigyan agad ng kahulugan ang mga bagay na hindi ka naman sigurado. Dahil sa oras na ma-misinterpret mo ang mga bagay-bagay, ikaw rin ang talo sa huli.

"Kita nalang tayo bukas sa school. Ingat ka!" Hindi mawala ang ngiti ni Apple sa kanyang kausap sa kanyang cellphone.

Kanina ko pa siya napansin na nakatambay sa garden na para bang kilig na kilig sa kausap. Apple is a grandchild of Auntie Flerie. Fifteen years old na si Apple at si Auntie Flerie rin ang nagpalaki sa kanya dahil nasa ibang bansa ang kaisa-isang anak ni Auntie Flerie.

"Hoy sino yan hah?" Lumapit ako sa kanya at nilapag ang aking tasa ng kape sa wooden table sa garden na iyon.

"Wala 'yon Tita. It was just my classmate!" she answered while continuing browsing her phone.

"Lalaki 'yon ano? Halata e!" At balak kong hulihin siya.

"Tita…"

"Okay, fine!" sabay higop ng kape. I feel relaxed because of the cold air and flowers that surround me. Ito ang namiss ko sa probinsya na wala sa syudad.

Bigla lang talaga naistorbo ang relaxation ko because of Apple. The audio of her phone is so—

"Ano ba yan Apple? Ano ba ang pinapakinggan mo? Ang sakit sa tenga!" reklamo ko.

"SB19!" she answered while smiling at me.

Napaisip naman agad ako kasi parang pamilyar. "A-a oo nga, naririnig ko rin yan sa mga bagong hire sa office e!"

"That is the famous boy group today Tita. Ang galing nila grabe! Kilala kaya sila sa buong mundo!" masayang kwento ni Apple na hindi naman ako makarelate.

"A…okay," pilit ngiti ko.

"How about your time Tita? Anong boy group at mga songs ang sikat non?" she asked.

She's waiting for the answer habang ako ay todo isip pa.

I smile at her because I remember something.

"Eraserheads," nakangiti kong sagot na para bang may dumapong paru-paro sa aking dibdib.

November 2005 (St. Bernadette Academy Gym, Battle of the Band)

"Sana noon pa man ay sinabi na sa iyo

Kahit hindi na uso ay ito lang ang alam ko

Magkahawak ang ating kamay

At walang kamalay-malay

Na tinuruan mo ang puso ko

Na umibig ng tunay"

Looking astig si Kobe while playing the drums. The vocalist of their band sings "Huling El-Bimbo." Nakikisabay sa kanta ang mga estudyanteng nanoood na halos mapukaw ng banda nila ang interes ng mga judges at ng mga estudyante. Sino nga ba ang hindi makikisabay sa awit nila, e…noong mga panahong iyon sikat na sikat pa rin ang Eraserhead. Sila 'ata ang banda na kahit matagal nang nadiscover ay hindi pa rin nalalaos ang kanilang mga kanta.

Dagundong ng gitara, drums at boses ng vocalist ang umiikot sa buong covered court kaya nagagawang mapasigaw nito ang lahat ng audience.

"Ayos nga rin naman 'yang si Kobe na yan ano! Pinasok na ang basketball team ng school, pati banda!" Narinig ko sa mga seniors na lalaki na nag-uusap sa aking katabi na bleacher.

"Talented at gwapo siya pero mahina raw 'yan sa academics," sambit ng isa.

"Kahit mahina siya sa academics at alam ng buong campus, maraming mga lower year ang nagkakagusto sa kanya. Kahit nga mga classmates nating babae nagpapadala sa kanya ng love letter," dagdag pa ng isa.

"L-l-love letter? Ibigsabihin ba non, maraming mga babae ngayon ang nagpapapansin sa kanya? Meron na kaya siyang nagugustuhan? Paano kung meron na nga?" tanong ko sa aking isipan.

Sa bawat pagpalo niya ng stick sa drums, tila nagiging slow motion iyon. Hindi ko alam kung ang tingin ko ba sa kanya ngayon ay tulad lang ng dati— isang simpleng kaklase, kalaro, kaibigan at kalapit-bahay. All memories of our childhood flashback on my mind. How he held my hands when we were six years old. That little boy, isa na ngayong binata at marami ng humahanga sa kanya.

Kung sakaling may nagugustuhan na siya, makakalimutan na niya lahat ng aming childhood memories. Darating sa puntong isa na lang iyong alaala. Kaya habang hindi pa dumarating ang araw na iyon—

Ako muna...

Noong hapon din ng araw na iyon.

It was already 5:00 in the afternoon when the bell rang three times. Kanya-kanyang ayos ng gamit ang aking mga classmates para maghanda sa uwian.

"Luna, mauna na ako baka maiwan ako ng service namin!" Nagmamadaling lumabas ng classroom si Betty.

Sumilip ang aming class adviser sa pintuan ng room. "Reminder class huh...you have to wear your complete uniform tomorrow since exam bukas. Diretso uwi para makapag-laba ng uniform. Baka ang iba sa inyo dadaan pa ng computer shop!"

"Yes ma'am!!!" sabay-sabay sagot ng mga girls while the boys ay kanya-kanyang reklamo.

"Hay ano ba 'yan, dadaan pa naman sana ako ng com shop e!" reklamo ni Alex.

"Uubusin mo nanaman ang allowance mo sa kakalaro sa com shop kaya nagtataka si mama mo e!" natatawang sabi ni Kobe habang nag-aayos ng gamit sa bag.

"Psst!!! Hoy ikaw Kobe hah, 'pag sinumbong mo ako kay mama, isusumbong rin kita kay Tito na bagsak ka nanaman sa exam noong nakaraan!"

Agaw -atensyon si Marga nang lumapit sakin while I fixing my things on my desk. "Luna, patatawarin na kita sa isang kondisyon…"

I am just waiting sa susunod niyang sasabihin

"I-tutor mo ako ngayon sa Math!"

"P-p-pero maglalaba pa ako ng uniform ko Marga," pagtanggi ko.

"Ano ka ba! May dryer naman sa bahay ng Auntie mo 'di ba? O kaya pwede mo namang itutok sa electric fan! Kung hindi mo lang sana pinabayaan ang slam note ko—"

"Oo na," sagot ko.

"Basta hihintayin kita sa library." Nagmadaling lumabas si Marga at mukhang wala na talaga akong excuse.

Napahinga nalang ako ng malalim. "'Yan kasi e…kung hindi dahil sa slam book na puro kalokohan! Ano bang purpose non e…gusto lang naman mabuko ng slam book na 'yon ang mga crush. Hay ang baduy!" pailing na singit ni Alex.

Tumayo si Alex mula sa pagkakaupo sa desk ng bangko. "Pano ba 'yan Luna mag-isa kang uuwi ngayon, mauuna na kami ni Kobe may laban pa kami sa com shop--"

"Mauna ka na Alex! May try out kami ngayon sa basketball!"mabilis na sagot ni Kobe.

"Hah? Bat biglaan naman?" pagtataka ni Alex.

Tumayo ako dala ang aking bag. "Pupuntahan ko na si Marga sa library," paalam ko sa salawa.

Siguradong magtataka si Auntie Flerie na hahapunin ako ng uwi ngayon. Kailangan kong panindigan ang kasinungalingang ginawa ko tungkol sa slam book kaysa naman sa magkaroon sila ng idea kung sino ang crush ko.

"Sana kasi binura ko nalang 'yong letter K don tapos binalik ko kay Marga e! Ang tanga mo rin Luna, akala ko ba matalino ka. E wala na e…on the spot kasi wala na ako iba maisip na dahilan nong time na 'yun!"

I have no choice kundi i-tutor si Marga na mahina sa Math.

Lumabas ako ng school library na palubog na ang araw. Gusto ko ng sabunutan ang aking sarili sa kasinungalingan pinasok ko.

"Malalagot ako kay Auntie Flerie nito!" patakbo akong lumabas ng gate hanggang sa naramdaman kong may sumunod sa likod ko.

Inakbayan niya ako at agad ko naman ito tinanggal. "Ano ba nakakagulat ka Kobe!"

"Hindi mo man lang hinintay na pasagutin ako don sa slam book ni Marga. Pina-sunog mo agad kay Aling Winny! Ayan tuloy oh…palubog na ang araw. Lagot ka kay Tita Flerie niyan!" asar sakin ni Kobe.

"Ewan ko sa'yo!" pagsusungit ko at nagpatuloy sa paglalakad. Agad naman siyang sumabay sa'kin.

"Akala ko may try out kami ngayon e, bukas pala kaya…nagtry-out nalang ako mag-isa. Hehehe," paliwanag niya.

"Masyado mo ng dinidipahan lahat, basketball pati banda! Hoy pansinin mo naman academics mo! Gusto mo bang bumagsak?" tanong ko.

"Saka na ako mag-aaral ng mabuti kapag 4th year na tayo!" Ngumiti siya at muling lumabas ang kanyang magkabilang dimples.

Palubog na ang araw noon at habang kami ay naglalakad pauwi, tila napaka-payapa ng paligid. Ang boses lang namin dalawa ang naririnig ko at wala ni isang ingay ng mga sasakyan at taong naglalakad katulad namin. Tila kulay dilaw noon ang mga langit at hindi man lang ako nag-aalalang kailangan kong magmadali sa pag-uwi. Bumalik ang dati kong pakiramdam. Ito marahil ang naramdaman ko rin noong nasa elementary palang kami at sabay na naglalakad pauwi.

Para kaming bumalik sa pagkabata dahil sa mga tawanan at kwentuhan namin.

Sana laging ganito.

December 2005 (St. Bernadette Academy, 1-A classroom, Christmas Party)

Puno ng christmas decoration ang classroom. Our gifts were all in the table at handa na para mamaya sa exchange gift. Lahat ng mga bangko ay nasa gilid and all of us were wearing our best outfit. Kapag Christmas Party talaga pinaghahandaan ng mga students ang kanilang isusuot. At ito nga, Auntie Flerie bought me a jumper dahil alam naman niyang ganito ang mga paborito kong suotin.

Nasa gitna ang aming class adviser and instructing us the mechanics of the next game.

"I have here a newspapers na gagamitin natin sa ating next game!" said by our blooming adviser.

"Wow!!! Ano naman kaya iyon?" excited na tanong ni Alex.

"Naku parang alam ko na 'yan, kayo nalang sumali!"saad ni Betty.

"But before that please choose your pair, boy and girl!" ma'am said.

Kanya-kanyang reklamo. Bakit nga ba kailangan opposite gender pa. Tsk…tsk…

Napailing nalang si ma'am dahil mukhang walang gumagalaw. "Yong sasali dagdagan ko ng five points sa score sa exam since hindi ko pa naman nairerecord!"

"Uy!!!"

"Talaga ma'am?"

"Naku sali ako diyan!" agad na hinila ni Alex si Marga sa gitna at doon na simula na sumali ang iba.

Well…ano pa ba ang idadagdag ng score ko ay perfect naman lahat kaya sige lang magpakasaya kayo.

"Uy Betty sumali ka!" yaya ni Marga.

"Kadiri noh! Alam ko na 'yang game na 'yan. Paper dance— magsisiksikan kayo sa loob ng papel ng partner mo kapag huminto ang music!" nakataas-kilay na paliwanag ni Betty.

"Ma'am, totoo?" mabilis na tanong ni Alex.

Tumawa lang si ma'am saka nagsabing…

"Oo, tama si Betty!"

"Uy excitement ibigsabihin magkakadikit ang katawan namin ni Marga! Gusto ko 'yun!" excited na sabi ni Alex.

Binatukan tuloy ni Marga itong si Alex sa kakulitan niya. "Feeling ka talaga!"

"Aray naman!" Ngunit patuloy parin sa pagtawa si Alex.

"Hindi hamak na mas feeling 'yong isa diyan!" parinig kay Kobe. *"Akala mo ang taas ng score, si ma'am na itong nag-ooffer ng five points, ayaw pa! Hoy Kobe, ayaw mo bang madagdagan score mo?"dagdag pa nito.*

Napaisip tuloy si Kobe na nasa gilid lang kanina at nananahimik. "Oo nga ano!"

Ngumiti ito saka nagsabing…

"Sige, sasali ako!"

"Yon oh!"kantsaw ni Alex.

"Paano ka naman sasali e wala naman gustong makapareha ka Kobe!" pang-aasar pa nito sa kaibigan kaya nagawa ng magtawanan ng lahat.

Umalis si Kobe sa kanyang kinatatayuan sa gilid ng aming silid. Nagulat ako sa may biglang humablot sa aking kamay. "'Yon ang akala mo!"

Nag-ingay ang buong klase. "Uy…kasalan na!"

"Anong dahilan bakit sila kinikilig?" tanong ko sa aking sarili.

Hinawakan ako ni Kobe sa magkabilang balikat pagdating namin sa gitna na tila may kuryente sa katawan ko. He smiled at me. Nakakainis ang dimples niya nagpapa-cute nanaman.

"A-a I'm sorry Luna, kailangan kong gawin ito para sa exam," he said silently.

"P-p-p-ero bakit ako?" nalilito kong tanong.

"Kababata kita at dati na kitang kalaro. Kung sila ang hihilahin ko, baka isipin nila gusto ko sila,"mahina niyang paliwanag.

"Feeling ka rin ano?" pang-aasar ko.

"Napaka-bias din ng isang ito. Bakit, kapag ako ba wala akong karapatan isipin ang dahilan bakit ako pinili niya?" tanong ko sa aking sarili.

Our class adviser started to enter the tape in the cassette. A lively christmas song started to play. Napapa-indak na ang lahat, kahit ang mga hindi kasali maliban sakin na kahit kailan ay killjoy.

"Hay…madaya 'yong isa diyan di sumasayaw!" parinig ni Alex sakin. Agad ko namang ginantihan ng masamang tingin.

When the music stopped, agad kaming nakapasok ni Kobe sa loob ng newspaper. Ang larong ito ay isang malaking kalokohan. Bakit?

Bakit kailangang paliit nang paliit ang space ng papel na kailangan naming apakan kapag tumigil ang music. Hay…sino ba kasi ang nag-imbento ng larong ito? Walang sense at puro kalandian lamang. Sana pinag-word factory nalang kami ni ma'am. Oo nga pala, hindi sports festival ngayon kundi Christmas Party.

Hanggang sa naging…

Apat na pares

Tatlong pares

Dalawang pares na lang kaming natitira.

Marga and Alex vs. Me and Kobe.

Hay ano ba 'yan sana natanggal nalang kami kanina. Bakit?

Dahil para akong mahihimatay habang tinitigan ko kung gaano na lang kaliit ang kailangan naming apakan. E…mas malaki pa ang paa dito ni Kobe e, paano kami kakasya?

"I just want to announce na kung sino ang mananalo, bukod sa premyo gagawin kong 10 points ang additional!" saad ni ma'am.

"Wow!!!" inggit naman agad 'yong mga natalo.

Lumaki tuloy tainga nila Marga, Alex at Kobe.Mukhang desperado silang manalo. Hay lugi 'yon sa part ko? Aanhin ko naman ang 10 points.

When the music played again.

Bigla akong kinabahan. Kinakabahan ako not because of this malanding game but because of Kobe.

When the music stopped mabilis na binuhat ni Alex si Marga na dahilan nang kantsawan ng lahat. Pero ang nakakapanindig balahibo.

Kobe pulled me closer to him. He immediately hugged me.

Mahigpit na mahigpit at tipong hindi ako makakawala. He stared to my eyes so gently. And I don't even understand—

that his stared made my time stop at that moment.

"Dugh! Dugh! Dugh!!!"

Aatakihin wari ako sa puso o kaya ay…

Pakiramdam ko ako si Anna na ayaw pakawalan ni Recca.

"W-w-w-ag, wag kang tumitig sa akin ng ganyan Kobe kung ayaw mong bigyan ko ng kahulugan ang lahat, kahit alam kong simula palang sa una ay wala namang kahulugan ang ako at ikaw," ang pilit sinasabi ng aking isipan.

****

"Apple at Luna!!! Handa na ang breakfast!!!" tawag ni Aling Winny mula sa pinto ng bahay. Biglang nawala ang aking imahinasyon mula sa nakaraan.

"Let's go na Tita, kumain na tayo!" yaya ni Apple.

/6/ Marriage Booth

May mga bagay na walang kasagutan. May mga bagay na hindi na kailangan ng paliwanag. Basta na lang nangyari dahil kung aalamin mo pa kung paano at bakit, baka masaktan ka lang.

Busy ngayon ang lahat sa kusina ng bahay ni Auntie Flerie dahil noche buena na mamaya. Apple is making mango grahams. Abala rin sa pag-gagayat ng mga vegetables sina Auntie Flerie at Aling Winny.

"Aray!" Bigla akong napaso sa takip na hinawakan ko habang ako'y nagpapalambot ng karneng baboy.

"Ay naku hindi nag-iingat! Ako na nga kasi diyan!" Pinatabi ako ni Auntie Flerie sa harap ng gas stove.

Kagat-kagat ko ang aking daliring napaso. "Mabuti pa Luna, ikaw nalang pumunta ng palengke at mamili ng mga kulang na rekado. Ililista ko lang ang mga kailangan mong bilhin!" utos ni Auntie Flerie. Tumungo ito sa ref at kumuha ng papel na nakapatong sa taas.

"Mabuti pa nga! Simula nang dumating 'yan dito, ni hindi na naglalabas ng bahay!" sulsol pa ni Aling Winny.

"Oo na noh, pupunta na nga. Hindi na ako magpapalit wala na rin namang nakakakilala sakin diyan sa palengke. Marami na 'atang mga dayo at bagong mukha ngayon sa barangay natin!" saad ko.

"E ano pa ba Luna, ganyan ka naman na dati kahit noong bata ka. Kahit nga pagsusuklay noon di mo magawa. Basta ka nalang papasok ng school!" kuwento ni Auntie Flerie.

"Really? Uy bat ka ganyan Tita Luna? Hindi na ako magtataka kung bakit hanggang ngayon wala ka paring asawa," banat naman ni Apple na natawa na lamang ako.

Wearing jogging pants and slippers is not a big deal kung sa palengke lang naman pupunta. Umikot ako sa palengke at namili. Isa ito sa mga namiss kong gawin. Parami nang parami ang eco bag na hawak ko. Palabas na ako ng palengke nang biglang umambon. A woman holding a box of cake ang tumabi sakin sa sinilungan kong boutique.

She looks so pretty wearing denim short and rubber shoes.

But she looks so familiar to me.

"Luna, is that you?" Her expression looked so excited when she saw me.

"M-m-arga? "

"Long time no see!!!" masayang bati niya.

"Hay bakit kasi ngayon ko pa nakita kabatch ko. Itsura ko pa naman ngayon mukhang may anak na sunod-sunod at asawang batugan. Tsk…tsk…" isip ko.

"Kumusta naman Luna? Saan ka na nagwo-work ngayon?" she asked.

Mukhang ang hirap magsinungaling sa puntong ito. Ayaw ko man aminin na wala na akong trabaho pero nakaka-konsensya rin magsinungaling. "Kakaresign ko lang," tipid at mahina kong sagot.

Ang facial expression niya napalitan ng mukhang nanghihinayang. "Sayang naman, but well…salary and promotion issues ba? Naku ganyan talaga dito! That's the reason I choose to work abroad," nakangiti niyang kwento.

"Nag-abroad ka pala,"

"Yup, engineer ako sa Dubai," she answered.

"Pero paano siya naging engineer e…ang hina naman niya dati sa Math lalo na sa Calculus?" tanong ko sa isip ko.

"Ikaw Luna, 'di ba graduate ka ng Accountancy. Bakit hindi ka mag-take ng Board Exam?" And every time some people ask about the board exam, I feel so down.

"A-a-a-ang totoo, nag-take naman ako pero hindi ako nakapasa," while trying to fake my smile.

Isang magarang kotse ang pumarada sa harap namin. "Naku, andyan na pala 'yong boyfriend ko. Bye the way Luna, I am getting married oh!" Hinarap niya daliri niya sakin. She's wearing a white gold ring. "Magpapadala ako invitation sa GC natin, punta kayo hah!"

"Ah sige," pilit ngiti parin ako.

"Sige go na ako. Ingat Luna!" She enters the car.

I know that I should be happy knowing that my friend is now successful and take note nahanap na niya ang kanyang the one. But it makes me so down looking to myself na unemployed, hindi pa rin nakapasa sa board exam at wala paring boyfriend hanggang ngayon.

Tanggap ko sa sa aking sarili na hanggang ngayon ay "ito palang ako." But the one thing I can't understand is…

Why is it such a big deal to all of them na ito palang ako? Their high expectation made me depress. Hindi ako si Luna na lagi na lang perfect at nakukuha ang gusto. There was a time na umiyak din ako.

June 2006 (St Bernadette Academy, 2-A Classroom)

Second year highschool na kami!

Luna for SSC Vice President!!! sigaw ni Alex na sinundan ng hiyawan ng aming mga kaklase.

They were so proud of me na 2nd year palang ay nagawa na akong kunin ng higher year to be a candidate for a higher position ng Student Council.

"Saan ka naman makakakita ng sophomore palang ay kinuha na agad para tumakbong sa mataas na position?" dagdag ni Betty.

All my classmates were busy making my poster for the campaign.

"Mamaya nga pala makikilala niyo na 'yong mga kasama ko sa partylist for room to room campaign," I said.

"May chix ba don Luna?" pabirong tanong ni Alex kaya kinantswanan na naman ito ng ibang mga lalaki.

Our class adviser entered the room kaya balik sa kanya-kanyang upuan ang lahat.

"Good morning ma'am!" sabay-sabay na bati ang lahat na may kasamang pagtayo.

"Okay take your seat! Before I proceed with our discussion. I just want you to introduce your new classmate!"

Biglang na-excite ang lahat. Kanya-kanyang ingay tuloy. "Quite class!" saway ni ma'am.

The transferee boy entered the room. He was wearing checkered pants and EMO style ang pormahan niya.

"M-m-my name is James Manzano from Nicolas National Highschool," nahihiya niyang pakilala.

"Mga kaklase, sabay-sabay natin siyang batiin!" command ko as class president.

"Welcome to St. Bernadette Academy from 2ⁿᵈ year section A!" sabay-sabay na bati ng lahat.

"Okay, you can take your seat now James! Hmn…besides Luna, don sa ating class president!" Dahil sa tabi ko lang ang may space. Sinadya kasi ni ma'am na sa huli ako paupuin at walang katabi dahil madalas nila akong kulitin at nagpapaturo.

2:30 P.M Room to Room Campaign for incoming Student Council Election

"Sino ang Vice President natin?" malakas na tanong ni Alex.

"Luna Marie Castillo!!! Luna Marie Castillo!!!" sigaw ng aking mga kaklase pagkatapos kong mag-speech sa unahan.

Ngunit ang malakas na sigaw na iyon ay mas natumbasan ng ang muse ng aming partido ang nagsalita.

"Hi,I am Allona Mae Valencia, a first year highschool student from section A—"

While she was speaking, nakatulala lahat ng classmates kong boys sa kanya. Malambing siyang magsalita, matangkad, may mahaba at tuwid na buhok, naka-pink lipstick at higit sa lahat ay maganda at sexy.

She sang "Love Story" by Taylor Swift during our Grand Rally before the day of Election. Naging ultimate crush siya ng lahat ng boys sa St. Bernadette Academy because of her charm. Freshmen palang siya pero member na agad siya ng Cheerdance ng School.

But my greatest achievement at that time was…

I won as a Vice President of the Student Council. Kaya naman nagpupugay ang lahat sa classroom ng araw na iyon.

"Grabe Luna, natalo mo pa 'yong President sa number of votes! Pinagpala ka talaga sa babaeng lahat Luna. Kulang nalang siguro ay 'yong maging sexy ka at mag-ayos!" pang-aasar ni Alex.

"Gusto mo ng tampuyong?" nakasimangot kong sabi.

"Congrats Luna," nakangiting bati ni Kobe kaya agad nawala ang asar ko kay Alex.

"Salamat," mahinhin kong sagot.

James entered the room galing sa labas. "Luna, pwede ka bang makausap sa labas?" he asked.

Biglang tumahimik sa pwesto namin na para bang ang sama ng tingin nila Alex, Betty at Kobe kay James.

"Oo ba," sagot ko. Agad ko siyang sinundan sa labas.

We went to the bench under the mango tree na para bang secret 'yong sasabihin niya. Ano naman kaya iyon?

"Luna may papasuyo sana ako." Nakasandal siya sa ilalim ng puno habang nasa likod ang dalawa niyang kamay na para bang may tinatago habang nakaupo ako sa bench

"Ano 'yon?" I asked.

Inabot niya ang isang nakatuping papel. "Pakibigay kay Allona."

Dahan-dahan kong tinanggap. Napangiti ako. "Love letter ba ito?"

"G-g-gusto ko lang siya i-congratulate sa pagka-panalo niya. Lagi mo na siyang makakasama sa student council kaya—"

Inunahan ko na siya. "Ako magiging messenger ninyong dalawa."

"Tama ka Luna. P-p-pasensya na…"

Lalo akong napangiti. "Walang problema 'no! Ako bahala sayo James! Tingin ko magugustuhan ka rin ni Allona. Yaan mo tutulungan pa kitang magsulat ng mga mabulaklak na salita para sagutin ka niya," dagdag ko.

Sa mga sumunod na araw, hindi ko maintindihan kung bakit bigla na lang nanibago sa'kin ang aking mga kaklase. Para bang…

Pinag-uusapan kaming dalawa ni James.

September 2006 (A day before the Intramurals at St. Bernadette Academy)

All students were busy practicing cheer dance and sports. Habang kaming mga Student Councils ay nag-aayos ng stage for tomorrow program.

I was cutting out letters while Alona was busy fixing her Ipod. "Hay ano kaya nangyari dito? Ayos pa ito kanina."

"Allona, kumusta na 'yong mga love letters galing kay James? Binabasa mo naman ba?" tanong ko.

"Of course Ate Luna, nakakatuwa nga e…Siya ba talaga nagsulat non? Para kasing babae." Bigla itong sumimangot. Naku hindi niya pwedeng malaman na tinutulungan ko si James.

"Kaso lang Ate Luna, kasi…"

"May problema ba sa sulat?" tanong ko.

"P-p-p-pakisabi kay James, 'wag na siyang magpadala ng sulat." Parang biglang kinilig si Allona.

"M-m-may, may iba na akong gusto at hindi siya 'yon Ate Luna. Ang totoo nagkikita na rin kami sa labas ng campus."

"Sino?" mabilis kong tanong.

Namula ang pisngi niya. "Don't worry Ate, I will revealed it tomorrow," nakangiti niyang sagot.

(First Day of Intramurals)

Sabay-sabay ang games at may kanya-kanyang assigned task bawat student council. Dahil wala nga akong alam sa Sports.

Me as a priest in a marriage booth.

"Hay…kung alam ko lang na sana na magpapasama ka sakin magbantay ng marriage booth, sana tumakbo na lang din ako nong election," pagrereklamo ni Betty. Nakaupo sa gilid ng malaking puso na gawa sa styrofoam habang pinapaypayan ang sarili.

"Bukod sa hindi ako marunong mag-score ng mga ball games, mabilis akong magsaulo. Saulo ko nga agad 'yung sinasabi ng pari 'pag may nagpapakasal

e!" Lumingon-lingon ako sa paligid, naghihintay ng customer. Limang piso kasi ang bayad sa marriage booth.

"Bakit kaya wala paring nagpapakasal?" Napabuntong-hininga ako.

"Ayan na! May magpapakasal na!" Agad napatayo si Betty na sobrang saya ko naman na meron na rin sa wakas. "Naku, sino kaya ang dalawang 'yon?"

Hindi kasi masyadong makita ang paglapit nila dahil halos pinagkakaguluhan ito ng mga estudyante. Iyon bang hindi naman sila ang ikakasal pero sila 'yong mas kinikilig.

"Grabe nakakainggit kayo!"

"Bagay na bagay talaga kayong dalawa!" Mga boses ng estudyanteng nagkakakagulo.

At kahit hindi pa namin nakikita ni Betty kung sino ay tuwang-tuwa na agad kami.

Nang makalapit ang mga estudyante na magiging witness kunwari at nasa harap ko na ang dalwang ikakasal...

Naka-chain pa silang dalawa. Magkadikit ang mga balikat nila, at doon—

Doon ako natulala nang makita kung sino.

"Uy hindi ko alam na pwede ka rin pala maging pari Luna. Flexible ka talaga!" biro ni Alex.

Tila huminto ang tibok ng puso ko. Nanlalabo ang aking mga mata. I wanted to walk out at that time because I felt so much pain.

"B-b-b-akit ako nasasaktan ng ganito?" tanong ng isip ko saking puso.

Habang ang lahat na nakapalibot ay masaya, heto ako at kumikirot ang damdamin.

"Mr. Kobe Del Rosario and Ms. Allona Mae Valencia, handa na ba kayo?" I asked them both. Pilit ngiti na para bang masaya para sa kanila.

Allona looks so happy while staring at Kobe. Siya pala ang tinutukoy ni Allona na nakaka-date na niya.

They both looked so in love with each other. And that kind of love made my heart break for the first time.

Bakit? Bakit ako nasasaktan kahit hindi naman dapat. Hindi ka dapat masaktan Luna because at the first place—

Kasalanan mo.

Why do you fall in love with your childhood friend and classmate even if you are aware that he will never be yours?

"And now you may now kiss the bride." Kobe gently kissed Allona in her hand.

He kissed her in front of me.

Pakiramdam ko para akong mahihimatay sa sakit. Lalo na 'nong piniit kong ngumiti kahit gusto nang kumawala ng aking mga luhang namumuo na sa'king mata.

Aside from being the achiever, from being a top 1, and having all their high expectations—

Still, I am not perfect.

Because that day, I experienced the first ever feeling of disappointment in myself. The first mistake I made.

That was…

I let myself fall in love with my childhood friend.

/7/ DOTA

One cold night, I am lying in my bed habang ka-video call si Betty.

"Naku hindi ako makapaniwala Luna na engineer na pala si Margarita. Take note sa Dubai pa! Alam mo kung bakit e kasi nga diba napaka-slow niya sa Math dati. Remember…isa siya sa mga pinatayo noon sa klase nong di masagot 'yong equation sa board." Betty said while I seeing her face on my phone.

"Hindi naman kasi natin masasabi ang future 'di ba?" I answered.

"And take note ikakasal pa sa mayaman. Saka…nakita ko rin sa IG 'yong fiancee niya at alam mo bang ang pogi! Napaka-suwerte sa lahat 'di ba, lalo na sa lovelife? Pero…di hamak na mas pogi jowa ko!"

Napatawa nalang ako. "Oo na kasi…kayo na itong mga pinagpala sa lovelife!"

"Ikaw kasi 'yung tipong mas importante ang career kesa sa lovelife. Tingnan mo nalang 'yung ex mong si Marvin akala ko nga magpapakasal na kayo e!"

Hay nakakainis lang at binalik pa ni Betty ang aking bangungot. Si Marvin—ang lokong lalaking 'yon na nag-propose pa sakin sa harap nila Auntie Flerie noong sinama ko siya dito sa probinsya. Naging busy lang ako sa trabaho para maabot ang inaasam-asam na promotion, naghanap na rin siya ng ibang babaeng pagkaka-busyhan.

Isa pa siya sa mga kahihiyan na nangyari sa buhay ko dahil noong huling pagkikita naming magkaklase pinakilala ko siya sa lahat at sinabing magpapakasal na kami.

"Ay biglang tumahimik—"

"Sana nga hindi nalang ako nagkajowa e kung ganon lang din naman!" saad ko.

"E masyado ka kasing choosy girl! Especially noong highschool tayo, binigyan ka ng love letter ni James at lagi pa kayong nag-uusap sa may bench pero hindi mo rin sinagot!" kwento ni Betty.

Nagulantang ang nilalaman ng aking utak sa narinig ko. Hindi ako sigurado kung tama pagka-intindi ko. "Ano kamo? Si James? 'Yong transferee? Nanligaw sa'kin?"

"Eh 'di ba nga?"

Isang malakas na halakhak ang hindi ko napigilan.

Halatang naguguluhan si Betty.

"'Yan ang hirap sa maduduming utak minsan e! Shit! After many years, wala ka palang alam! Hoy Betty, FYI 'yong love letter ni inaabot sakin noon ni James ay para kay Allona—'yong ex ni Kobe! Ako lang naman ang messenger niya and take note kaya lagi kami magkausap sa bench ay dahil nga sa tinulungan ko siyang mapalapit sa crush niyang patay na patay kay Kobe!"paliwanag ko na wala pa rin akong tigil sa kakatawa.

"P-p-pero 'yon kasi ang alam naming lahat e!"

September 2006 (Last Day of Intramurals)

Basketball Championship.

Sophomores vs Seniors

Halos magiba ang buong court sa mga hiyawan ng estudyante. Mukhang walang papatalo sa dalawang team. Mahigpit ang laban dahil ilang minuto na lamang ang natitira ay halos magkadikit ang parehong scores.

The leader of cheerdance who was Allona together with her friends was cheering for her boyfriend Kobe. Allona looked so sexy wearing short skirt at meron silang pompoms and poster for Kobe kaya lalong nagaganahan sa paglalaro si Kobe. While I was on the bleacher, walang ibang nakikita ang aking mata kundi si Kobe na naglalaro at may pakindat pa sa girlfriend na si Allona sa tuwing nakakashoot ng bola. That was the reason lalong naging maingay ang mga tao. It was obvious that some students were kilig about their relationship dahil bagay silang dalawa.

Gwapo sa maganda. Malakas ang dating sa sexy at parehong famous sa campus. Hindi nakapagtataka kung magugustuhan nga siya ng aking kababata.

Hindi ko kailangan masaktan dahil wala ako ng mga katangian meron si Allona. I am Luna, only Luna—short girl, hindi attractive ang fly away kong buhok na hanggang balikat lamang, laging naka t-shirt and sneakers.

It was the last three seconds when Kobe tried to shoot the ball for 3 points.

Shoot!!!

Grabe ang ingay sa buong court!

"Kobe!Kobe!Kobe!" cheer ng karamihan.

Ngunit ang ingay na iyon ay naging sandaling tila katahimikan sa'kin nang makita kong niyakap ni Allona ang kanyang boyfriend matapos nitong i-kiss.

Ngunit bigla akong natauhan nang makita ko si James di kalayuan saming pwesto ni Betty na bigla nalang nag-walk out.

Pababa na sana ako ng bleacher when Betty touched my shoulder. "Pasan ka Luna?"

"Pupuntahan ko lang si James," malakas kong sagot.Baka kasi hindi niya ako marinig dahil sa ingay.

Lumakad na ako at sinundan ko si James sa may bench besides Canteen.

"Okay ka lang ba James?" nag-aalala kong tanong.

"Never nagpadala ng love letter si Kobe para kay Allona. Saglit lang silang nag-bonding doon sa birthday party ng classmate ni Allona, sila na agad. Minsan nga talaga kahit anong effort na gawin mo, kung hindi ka talaga gusto, hindi talaga." James looked so sad.

Parang tinamaan ako sa sinabi niya. Matagal na akong nasa harap ni Kobe at nag-eefort sa kanya pero never niya akong napansin.

Pero pinilit ko parin ipakita kay James na kailangan niyang mag-move on. Ngumiti ako sa kanya saka sinabing…

"Alam mo wala namang taong manhid e…AYAW LANG TALAGA NIYA SA'YO!" sabay tawa naming dalawa.

Lumipas pa ang mga araw, nasanay na lang din ako na makita si Kobe na laging nakatambay sa room ng mga freshmen. Syempre naroon kasi ang girlfriend niya. Nasanay nalang ako na lagi ko sila nakikita ni Allona kahit sa labas ng campus. Nasanay nalang ako na mag-isa akong naglalakad sa hapon tuwing uwian.

Summer vacation—halos two months din 'yon and everytime na naglalakad ako sa labas namin ay lagi kong nakikita na magkayakap sina Kobe at Allona sa balcony ng bahay nila Kobe. Nasanay na ako, nasanay na rin ako sa wakas na iba na si Kobe.

Dahil alam kong dapat na akong masanay dahil hindi na kami mga bata. Nagdadalaga na ako at binata na siya kaya lahat ng mga memories namin after many years ay isa nalang din memories...

Na hindi na mauulit pa.

At ang pagbabago ni Kobe ay nagpatuloy pa hanggang sa maging 3ʳᵈ year na kami.

July 2007 (St. Bernadette Academy- 3-A Classroom)

I looked at my watch, it was already 7:15 in the morning and the class was going to start. Pero wala parin si Kobe sa pwesto niya. Ilang araw ng bakante ang upuang iyon. Academics was not big a deal for him.

"Hay bahala na nga siya sa buhay niya. Tutal naman hindi na rin siya ang dating Kobe," bulong ko sa aking sarili.

Our strict class adviser entered the room—Mr. Tan.

Tumayo ang lahat. "Good morning Sir!!!"

Umupo ang lahat after Mr. Tan gave a sign to seat down.

Halatang takot ang lahat sa bago naming adviser. Hindi katulad noong mga nakaraang taon. Lagi kasi siya may dalang stick na para bang ipapalo niya sa mga pasaway. Another thing was Mathematics pa ang subject na hawak niya. Mainit din lagi ang dugo niya lalo na sa mga lalaki—mga pasaway kasi.

"May quiz tayo ngayon hindi ba?" tanong nito ngunit wala ni isang sumagot. "Mukha 'atang natatakot kayong mag-quiz ah!" dagdag pa niya.

Umiikot paningin niya sa buong klase. Napansin ang mga bakanteng bangko.

"Maraming mga boys na absent. Akala siguro nila hindi ko alam ang dahilan ng lagi nilang pagliban sa klase. Nakikita ko sila sa tuwing umaga na naka-uniporme pero hindi sa school ang diretso. Bakit pa kasi nauso ang DOTA

na 'yan? Ang baon na binibigay sa kanila ng kanilang mga magulang ay nauubos lang sa kaka-Dota. Isa pa, akala ng mga magulang nila pumapasok sila pero hindi pala! Kasalanan din naman 'nong computer shop diyan sa tapat ng school. Dapat hindi sila tumatanggap ng mga customer na estudyante sa hindi tamang oras. Hay naku naman, ang mahalaga kasi sa kanila ay ang kumita! Maghintay-hintay lang sila at malalagot sila sa'kin mamayang uwian! Ipapatawag ko ang kanilang mga magulang para malaman ang mga kalokohang pinaggagawa nila!"

Naalala ko tuloy sinabi sakin noon ni Kobe na minsang sabay kaming naglakad pauwi. "Sabi ni Daddy kapag daw nalaman niyang may ginawa akong kalokohan, ipapadala raw niya ako kay Mommy sa America."

So what if Kobe's Dad found out na nagbubulakbol ang anak niya?

Iba talaga si Mr. Tan! Mukhang siya pa ang magiging dahilan ng pag-alis ni Kobe sa school na ito at hindi lang! Ipapadala siya sa America at hindi na ulit kami magkikita.

"H-h-indi pwede… hindi pwedeng mawala si Kobe… pero… dapat lang! Dapat lang 'yon sa kanya! Lahat ng mali ay dapat tinutuwid at 'yon ay dapat lang sa mga katulad niya na nagka-jowa lang ng maganda ay hindi na namamansin! P-p-ero…"

"Hindi! Gagawa ako ng paraan. Kahit papaano may pinagsamahan kami. Hindi siyang pwedeng umalis."

Maghapon sa araw na iyon ay nagtatalo ang isip ko at damdamin kung dapat bang isalba ang buhay ng Kobe na 'yon! I mean isalba at pagtakpan siya sa kasalanan niya para lang hindi siya mawala.

It was already 5:00 in the afternoon. Tumunog ang bell at mabilis kong pinasok ang aking mga gamit sa aking bag.

"Luna, sabay na tayong lumabas ng gate! Ililibre muna kita ng softdrinks!"

Hindi ko pinansin sinabi ni Betty. Tumakbo ako palabas ng classroom hanggang palabas ng gate ng school. Mabuti na lamang ay naka-PE uniform kami that day. I wore rubber shoes kaya hindi ako hirap sa pagtakbo.

Sa wakas, narating ko ang computer shop na tinutukoy ni Mr. Tan.

Napayuko ako sa pagod. "Hah--ha--ha---ha---" habol-hininga sa sobrang pagod.

Nang makita ko si Mr. Tan na paparating na dala ang kanyang mahabang stick ay agad akong pumasok sa loob ng com shop.

Madilim sa loob.

*"T*ang in* oh! Natalo pa ako!"*

*"G*go, bilisan mo matatalo ka!"*

Abala ang lahat sa paggalaw ng mga mouse ng computer at walang kumukurap sa kaliwa man o kanan! Focus sila sa paglalaro ng tinatawag na DOTA. Tama nga si Sir, mga naka-uniporme pa!

Madilim man, inikot ko ang bawat cubicle ng mga computer para hanapin si Kobe. Hanggang sa…

"O ano talo ka pala ngayon Kobe! Wala kang binatbat!" sabi ng isang matabang lalaki sa katabing pwesto ni Kobe pero naka-uniporme siya ng ibang school.

Agad akong lumapit na halos lumaki mata ni Kobe sa gulat.

"Kobe, sumama ka sa'kin umalis na tayo rito," bulong ko sa kanya. Nakakahiya pero pagkatapos ng matagal naming hindi pag-uusap, feeling close ulit ako. Maisalba lang siya sa kalokohan niya.

"May isa pa kaming laban saka…anong ginagawa mo rito?" nagtataka niyang tanong.

*"Magbayad ka muna sa talo mo g*go ka!" mukhang galit na sabi ng kalaban nito.*

"P-p-pwede bang bukas nalang?" nakangiti pang tanong ni Kobe.

*"G*go ka ano! Bubugbugin muna kita bago ka makalabas dito!" Nakaramdam na ako ng kaba sa inaasal ng matabang lokong ito. Mukhang naghahamon na ng away.*

Hanggang sa narinig kong…

"Nandito ba ang mga taga-SBA?" isang galit at malakas na boses.

Si Mr Tan…patay

Walang pagdadalawang-isip, hinawakan ko nang mahigpit ang kamay ni Kobe at hinila siya sa may likod ng com shop upang doon tumakas.

"Hoy Kobe bumalik ka dito!" pahabol pa ni kuyang taba.

Hawak-hawak ko siya papalayo sa lugar na iyon upang iligtas siya sa kalokohang ginagawa niya.

Tumakbo kami papalayo. Nang mapalingon sa likod ay nakasunod pala si kuyang taba.

"Luna bilisan natin sinusundan tayo ni taba! Siguradong bugbog ako pati ikaw madadamay!" humihingal na sabi ni Kobe habang tumatakbo kami.

Sa pagkakataong ito siya na ang humila sakin nang mas mabilis pa sa pagtakas ko sa kanya kanina.

*"Hoy mga g*go lagot kayo sakin kapag nahuli ko kayo!!!" sigaw ni kuyang taba na walang tigil sa paghabol samin.*

"N-n-napapagod na ako Kobe! Ano ba kasing ginawa mo?" pagrereklamo ko habang mahigpit ang pagkakahawak niya sa aking kamay papalayo.

"Sorry Luna, nadamay pa kita! Natalo kasi ako sa pustaan. Naubos na pera ko e!" sagot niya.

Lumingon ako patalikod. "Wala na siya Kobe!" Pareho kaming huminto at naghahabol ng hininga.

Tumawa pa si Kobe. "A-a-alam ko namang h-h-hindi niya tayo maabutan dahil sa sobra niyang katabaan!"

Nagawa niya pa talagang tumawa. Nainis ako sa inasal niya lalo na nang mapatingin ako sa talampakan ng aking rubber shoes na nakanganga na.

"Uhaw ka na Luna ano? Malapit na tayo, dumaan ka nalang sa bahay at bibigyan kita ng malamig na juice. Yon bang may straw, 'di ba 'yon lagi mong baon noong grade 1 tayo?"

Nakatingin lang ako sa aking rubber shoes at halos hindi maka-imik. "O, tara na Luna?" yaya niya.

"P-p-pero kasi…" He noticed my shoes at ang nakakainis pa tumawa pa siya.

"Sige tumawa ka! Baka gusto mong isumbong kita kay Mr. Tan nang mabalewala ang pagtakas mo—"

Nawala bigla ang aking inis nang…

Hinubad niya ang suot niyang rubber shoes. Lumapit siya sa akin.Tumungo siya at dahan-dahang tinanggal ang aking sirang sapatos at ipinalit ang kanyang sapatos.

Ang awkward lang. Napatulala nalang ako habang pinapanood siya at hawak niya ang aking talampakan.

Parang may gwapong anghel na biglang dumating para iligtas ako. Para akong di makagalaw dahil sa tumatalon kong puso.

"Ito ba ang pakiramdam ng kinikilig?"tanong ko saking isip.

Pagkatapos niyang itali ang sintas ng sapatos niyang pinasuot sakin ay nagpatuloy kami sa paglalakad. Nag-aalala ako at sobrang nakakahiyang pinag-paa ko siya.

"Ang liit mong tao pero ang laki ng paa mo Luna. Hindi pala nagkakalayo ang ating mga paa," he said while he was looking on his shoes na suot ko.

"B-b-bakit mo pa kasi pinasuot sa'kin?" I asked.

"Okay lang Luna. Oo nga pala, I just want to say thank you. Kung nahuli ako kanina ni Mr. Tan siguradong makakarating kay Daddy—"

"Napapabayaan mo na ang pag-aaral mo Kobe! Sa uulitin, ako mismo magsusumbong sa Daddy mo. Ginawa ko 'yon para hindi ka i-tolerate. Binibigyan kita ng chance para magbago!" But he only smiled pagkatapos ko siyang pagalitan.

"Dahil mababa ang grades ko at naadik ako sa dota, nakipagbreak sa akin si Allona. Ang bilis niyang sumuko. Sa halip na tulungan niya ako, she easily gave up on me. Kaya nga…nahuli ko nalang siyang may ka-textmate na iba. Now, I realized that love is not permanent lalo na kapag nakita na niya ang mga negative about sa'yo." Halata sa mga mata niya ang lalim ng lungkot habang nagkukuwento.

But I was here, trying to comfort him dahil ayaw ko siyang nasasaktan. "Love is different to a real love. Ang love temporary lang, pwedeng magbago at mawala kapag may nadiskubre ka sa isang tao pero ang real love, mamahalin mo pati 'yong mga negatibo sa isang tao. Dahil kapag nagmahal ka hindi lang puro maganda, meron din mga negatibong bagay sa isang tao na kailangan mong tanggapin. Hindi naman kasi tao ang nakapagpabago sa mga hindi magandang bagay na meron tayo, kusang binabago ito ng pag-ibig."

Tanging ngiti ang ginanti niya. Biglang nabura ang lungkot sa kanyang mga mata sa sinabi ko.

"Kaya nga kahit anong galing ko, hindi ko alam kung bakit ko nagustuhan ang mahina katulad mo," sabi ko sa isip ko.

Ito ang bagay na kahit kailan ay wala akong balak ipaalam sa kanya.

****

I hug my pillow so tight after remembering those kinds of memories. Napangiti nalang ako na tila ba para akong baliw pagkatapos maalala iyon.

Dahil hanggang ngayon, sa tuwing naalala ko ang sandaling iyon—

Kinikilig pa rin ako.

/8/ Valentines Card

They say that valentine's day is only for lovers or couples. Paano naman 'yung mga one-sided love?

"Ito oh, may pa-bouquet ako sa'yo Lola!" Apple gave the bouquet with plenty of red roses to her grandma. Kahit papaano ay napangiti niya ito. "'Wag naman nang malungkot...I am sure, magdadate kayo mamaya ni Uncle sa panaginip," she added that makes us all laughs.

"This is for you Aling Winny!" Aling Winny received a cute paper bag.

"Wow, thank you!"

"E ako wala?" nagtatampo kong tanong.

"Hay dapat nga ikaw ang nagbibigay ng gift sa akin Tita e! Dapat kasi nag-boyfriend ka na para naman hindi 'yong ako ang nauubligang magbigay sayo every Valentines Day!" pagrereklamo ni Apple.

The most unforgettable Valentine's Season I had was back many years ago...

February 2008 (St. Bernadette Academy Campus)

Fourth year na kami at parang kailan lang. Ang bilis ng panahon at graduating na kami.Wala akong ibang maalala pagdating namin noong 4th year kundi ang maging subsob sa pag-aaral dahil sa graduating na kami lalo na akong running for valedictorian. I had to maintain my grades that time at nagawa ko naman although busy ako sa pagiging president ng Student Council at Editor in Chief ng aming school paper. But there was once a memory that I cannot forget during our senior days. Ang pagiging bida-bida ko pala as Student Council President and Editor in Chief ay may kapalit na bad memories.

And that happened during February—Valentines Day.

There was a mail box displayed in front of the bulletin board. All students could put their letters or cards for their loved ones. And as a student council, kami ang bahalang magbibigay kung para kanino. Kadalasan sa mga estudyanteng dumaraan ay hinuhulog ang kanilang mga cards and letters.

"Wow...ang dami na! Sana may magbigay rin sakin!" Nakapamay-wangang wika ni Betty habang nakatingin sa kahon.

"Sigurado meron sayong para diyan! Ako nga itong wala e!" sabi ko.

"Kasalanan mo naman kasi Luna kung bakit walang humahanga sa'yo. Alam mo kung bakit? Matalino ka at maganda ka rin naman kaso—"

Mukhang alam ko na agad sasabihin ni Alex kaya inunahan ko na. "Kaso lang perfectionist ako at mataas ang standard! Alam ko na 'yang sasabihin mo Alex 'no!"

"Buti alam mo! 'Yan ang dahilan kung bakit walang lalaking may lakas loob na magpadala ng sulat sa'yo! Kahit nga si Kobe natatakot sa'yo e!" paliwanag ni Alex na agad nakapagpa-kunot ng aking noo.

Dumating si Marga at saglit na tinanggal ang lollipop sa bibig. "Luna, hinahanap ka ni Kobe sa classroom! Hanggang ngayon hindi pa rin tapos sa pagsagot sa Math ang isang 'yon!"

"O sige pupuntahan ko siya," nakangiti kong sagot ng akmang papaalis na ako nang marinig ko nanaman si Alex.

"Hay...'yan ang hirap sayo Luna kapag ako nagpapaturo di man lang. Puro na lang 'yong Kobe na 'yon! Siguro gusto mo siya ano! Naku po 'wag ka magkakamali at sigurado akong iiyak ka lang! Chixboy ang lokong 'yon at hindi marunong magseryoso sa babae! Para mo naman siyang hindi kilala e...mas matagal mo pa nga siyang nakasama kaysa sa'kin! Sipunin palang kayo noong unang panahon e...magkasama na kayo!" Napakalakas pa ng boses ni Alex.

Lumingon ako at tinaasan siya ng kilay. "Ano, baka gusto mong ikwento ko sa kanila kung paano ka naihi sa short nong grade 1 tayo!"

Tumakbo siya papalapit sakin at agad na tinakpan ni Alex ang bibig ko. "Naku...naku 'wag kayong maniniwala dito! Sinungaling ang student council president niyo!"

Nagtawanan naman ang ibang mga estudyanteng nakarinig samin.

"Pwede ba bitawan mo nga ako!"

At nang makawala ako sa kanya. "Hay napaka-isip bata talaga!" sabay alis.

Agad akong pumunta ng classroom at naabutan kong mag-isa si Kobe. Umupo ako sa aking pwesto at mukhang hindi parin tapos ang seatmate ko sa pagsagot sa Math—si Kobe na tila hirap na hirap sa pag solve. Sinadya ata noong mga huli naming taon sa SBA ay seatmate kami.

Sinilip ko ginagawa niya. "Ganito kasi 'yan oh…ang pinaka-target mo kasi diyan ay hanapin ang value ng x." Inagaw ko ballpen niya at mas nilapit ko aking sarili sa kanya para siya ay turuan.

Pagkatapos ng mahabang paliwanag. "Gets mo na?" Ibinaling ko ang aking tingin sa kanya.

Ngunit tila hindi niya narinig ang aking tanong because he only stared at me na parang wala sa sarili. Napalunok nalang ako sa mga titig niya.

"S-s-s-lamat Luna," He smiled at para akong natutunaw sa mga sandaling iyon.

Kapag gusto mo ang isang tao, kahit salitang salamat feeling mo I love you agad. Tsk…tsk…

Kinabukasan, Valentines Day na sa wakas!

Makulimlim at lumalagas ang mga dahon galing sa matataas at matatandang puno sa aming eskwelahan. Almost of the students were wearing red shirt and blouses at 'yong mga kill joy naman, nakasuot ng black at emo parin ang eksena nila.

"A-a-ate Luna." Allona was holding a valentines card. "I decided na ikaw mismo ang mag-abot nito kay Kobe. Please Ate Luna…" Allona was begging.

Napatulala ako at nag-isip nang malalim. "Bakit kailangang ako? Kung tatanggapin ko ito, para akong tangang sasaktan ang sarili ko," sabi ng isip ko.

"Tulungan mo ako Ate Luna. I just want him to come back," nagsusumamo na makaawa ni Allona.

Habang ako nakatulala sa valentines card na inaabot niya sa'kin.

Naaawa ako kay Allona pero…

Mas nakakaawa ang sarili ko.

Pero gusto kong maging masaya si Kobe ngayong Valentines Day. Kung makakatanggap pa siya ng galing kay Allona, magiging masaya kaya siya?

"W-w-wag kang mag-alala Allona, kakausapin ko siya para sa'yo." Dahan-dahan kong tinanggap ang valentines card.

I felt so stupid that time. Hindi ko alam kung nag-iisip pa ba ako ng matino.Bakit ba lahat kailangan kong gawin para sa Kobe na 'yon? Kahit mga bagay na nakakasakit para sa sarili ko ay kaya kong gawin mapasaya lang siya.

All students were celebrating on that day. They were exchanging valentines cards. I saw Kobe under the tree. He was alone and looked so sad.

While I was holding the valentines card without even knowing ano ang nakasulat sa loob ay nakatayo ako at hindi ko mai-diretso ang aking hakbang palapit sa kanya. Dahil sa oras na humakbang ako papalapit sa kanya…

ay ang oras na sasaktan ko ang aking sarili.

Pero dahil nga sa tanga ako, nagawa kong lumapit sa kanya.

He smiled at me. Agad kong inaabot ang card.

"Uy galing ba sayo ito Luna?" masaya niyang tanong. But when he opened it, he already noticed that it was from her ex girlfriend.

"P-p-para sa'yo sabi ni Allona," mahina kong sabi.

Nagulat ako sa ginawa niya. Bigla niyang ginusumot ang card at hinulog lang na parang basura. He walked out in front of me.

Instead na mag-celebrate ako dahil sa hindi man lang niya binasa ang valentines card galing kay Allona ay hindi ko maintindihan ang nararamdaman ko sa mga oras na iyon. I felt disappointed by what he did.

"Sana ngumiti na lang siya. Sana naging masaya na lang siya, dahil mas ikatutuwa ko pa iyon."

Maghapon ay wala akong ibang ginawa kundi tingnan ang aking seatmate na halos hindi ako iniimikan buong maghapon. Nakakapanibago lang…

I felt guilty kung bakit ginawa ko pa ang bagay na nakakasakit lamang sa kanya.

Ang mga sumunod na araw ay naging abala para sakin dahil sa deadline ng aming School Papers sa Journalism Club. Bilang editor in chief, halos wala *akong pahinga at tulog sa pagsulat ng maraming articles. Hindi ko rin masisi ang feature editor na si Allona na halos wala man lang kahit isang nasulat sa pahina niya dahil sa hindi siya naging okay nitong mga nakaraang araw. She was always crying nang sinabi kong hindi binasa ni Kobe ang nilalaman ng ginawa niyang Valentines Card.*

Sumabay pa ang nalalapit na Science Festival. Ako kasi ang panlaban ng aming section sa Science Quiz Bee kaya kailangan ko pang mag-review para masigurado ko ang aking pagkapanalo. Dahil never pa ako natatalo sa mga ganon at hindi ko matatanggap kong matatalo man ako.

Pero kay Kobe matagal ko nang tanggap na talo talaga ako pagdating sa kanya.

March 2008 (Faculty's Room)

Kabado akong nagpapacheck sa masungit at matandang si Mrs. Carino ng aming mga gawa at sinulat para sa magiging dyaryo ng school ngayong taon.

"Kulang pa!" taas-kilay niyang saad pagkatapos basahin lahat ng papel.

"Po?"

"Kulang ng isang feature story. Hindi mo man lang ba kayang pagsabihan ang Allona na 'yon at ilang araw na siyang nagpapabaya. Bukas na bukas kailangan na nating maipasa ang lahat ng 'yan para ma-imprinta na. Wala nang oras kung pipilitin mo pa ang Allona na 'yon. Mas mabuti siguro kung ikaw nalang gumawa pa ng isa," paliwanag ni Mrs. Carino.

"P-p-pero—"

"Tapos na ang usapan." Tumayo si Mrs. Carino at agad akong iniwan. Ibigsabihin tapos na ang usapan at ako na naman ang gagawa.

Halos nanlalanta akong gulay na lumabas ng faculty. Pagod at puyat pero kulang pa rin pala.

"Hay naku…Bakit naman kasi hindi man lang binasa ng Kobe na 'yon ang card ni Allona e. Trabaho ni Allona ito, pero ako gagawa. Ako na lang ba lagi ang mag-aadjust para sa kanila? Ganun ba talaga kapag na-broken hearted? Laging paga ang mata ng Allona na 'yon? At ano naman kaya ang isusulat ko o sinong tao ang gagawan ko ng feature story?" bulong ko sa aking sarili.

When I passed by the basketball court, Kobe was playing basketball with his teammates. Sa apat na taon namin dito sa school, wala man lang nag-agaw sa kanyang title as three points shooter.

Sa tuwing pinapanood ko siyang naglalaro, parang nagiging slow motion ang ang aking mundo. Kinuha ko ang aking 3310 Nokia Phone sa bulsa ng aming uniform na skirt.

I dialled the cellphone number of Auntie Flerie and her phone was ringing. Alam kong busy siya sa opisina pero kailangan kong magpaalam.

Finally she answered.

"A-a-untie mlalate po ako ng uwi mamaya. May kailangan lang po akong tapusin para sa school paper namin," paalam ko.

"Mag-ingat sa daan at 'wag masyadong magpapagabi," she answered mula sa kabilang linya.

Palubog na ang araw but still I was sitting on the bleacher. I was writing a feature story and it was all about him. All about Kobe as a three point shooter of the basketball team.

While I was writing his story, I imagined how he made me admire besides of all the negative things about him. At gabi na nga ako nakauwi dahil sa pagsusulat ng feature story at hinabol ko pa ng pasa kay Mrs. Carino.

After 2 weeks of waiting. Dumating na ang pinakaaabangan ng lahat.

"Classmates, the newspaper was out! Nasa library na!" Marga said after entering the room.

Takbuhan ang aming mga classmates mula sa loob ng aming classroom. They all go to the library to read the newspaper. Kahit ako ay excited sa aking pinaghirapan pero ang pinaka-nakaka excite ay ang sinulat kong feature story para kay Kobe. Siguradong matutuwa siya kapag nabasa niya ito lalo na kapag nakita niya ang pangalan ng kanyang kababata na siyang may akda.

Bago pumasok ng library ay agad kong napansin sina Alex at Marga na may copy na ng newspaper.

"Uy grabe talaga ang galing ni Allona magsulat!" hangang-hangang saad ni Alex.

Lumapit ako sa dalawa.

"Uy Luna, nabasa mo na ba ang ginawang feature story ni Allona for Kobe? I think ginawa niya 'yon para mapansin siya!" Marga said.

Sinilip ko ang binabasang newspaper ni Alex at nagulat ako sa nabasa ko. The author that was written on Kobe's feature story was Allona and not me.

"Di ba Luna, nakakakilig 'yong ginawa ni Allona. Siguradong kikiligin ang mokong na Kobe na 'yon!" dagdag pa ni Alex.

"Bakit ganon?" Mabilis akong tumakbo papunta kay Mrs.Carino sa faculty room to clarify anong nangyari.

Pagdating ko sa faculty room ay agad akong nagtanong pero…

Mukhang alam na niya ang pinunta ko.

"Sana lawakan mo nalang ang pag-iisip mo Luna. Hindi naman 'ata pwede na kahit sa pahina ng features ay puro pangalan mo ang nakasulat," she explained.

"Pero bawal po 'yon ma'am hindi ba? Kayo pa nga mismo ang nagturo sa'min na hindi 'yon maaring agawin sa mismong may akda," naiinis kong paliwanag.

"Wag kang maging selfish Luna. I am sorry but we have to do it!"

"Pinaghirapan ko po 'yon isulat. 'Di ba nga po halos gabi na akong umuwi non. Saka kapag nalaman po ng mga estudyante na ako talaga ang nagsulat non at hindi si Allona sigurado pong itatama nila tayo at pagtatawanan," naiiyak kong paliwanag.

"It's better to keep it as a secret Luna nang hindi na magkagulo pa. Puntahan mo agad si Allona ngayon din and tell her na ipalabas nalang din niya na siya ang nagsulat," utos ni Mrs. Carino.

"P-p-pero Ma'am—"

"Luna, makinig ka nalang nang wala ng gulo. Okay?"

Isang desisyon na labag sa aking kalooban. Alam kong mali ang gustong mangyari ni Mrs. Carino pero kailangan kong itago ang tama. Kung ipipilit ko ang aking gusto, may posibilidad na babaan niya ang aking performance. I need to maintain my grade to become the batch valedictorian and for the scholarship.

Hinanap ko kaagad si Allona para sabihin ang pinag-usapan namin ni Mrs. Carino. I saw her friends in the hallway.

"Grabe na talaga si Allona talagang nag-eeffort mapansin lang ulit ni Kobe," told by her friend.

Naabala ko tuloy kwentuhan nila.

"Excuse me, nasaan nga pala si Allona?"

"Ikaw pala Ms. President, a… si Allona…nasa music room siya nagpa-praktis ng organ!"

Halos lahat ng madaanan ko ay isa lang ang usapan. They were all amazed of how Allona wrote the said feature story. Lahat ng papuri ay kay Allona on that day. Masyado akong nag-expect na ako ang mapupuri sa araw na 'yon at matutuwa sa akin si Kobe dahil sa sinulat ko para sa kanya.

Pero kabaliktaran ang nangyari.

I slowly opened the door of the music room. Nang akmang papasok na sana ako.

"Sobrang guilty ako nang mabasa ko ang feature story na 'yon Allona. Bakit ba lahat ginagawa mo para sa'kin?" mahinang tanong ni Kobe.

Nakatayo sina Kobe at Allona sa gitna ng music room at magkaharapan.

There were tears falling from Allona's eyes. "Hindi mo man lang binasa ang valentines card na inabot ko kay Ate Luna. That's the reason kung bakit kailangan kong idaan sa dyaryo. I wrote that to make you feel that you are special."

Isang tahimik na silid, isang tahimik na patak ng luha ang kumawala sa'king mata nang marinig kong nagsinungaling si Allona para lang bumalik sa kanya si Kobe.

"Because I still love you Kobe…" Allona was begging.

Kobe kissed her lips.

Isang madilim na silid at mga mata kong halos wala nang makita dahil sa maraming luhang kumakawala mula rito.

Sa konting effort ni Allona, agad itong napapansin ni Kobe. Pero sa mga effort kong hindi mabilang simula noong mga bata pa kami hanggang ngayon, hindi man lang niya 'yon nakita.

Ano pa bang kailangan kong patunayan sayo Kobe? Bakit ganyan ka? Bakit ba napakamanhid mo pagdating sa'kin?

****

Huminto ang kotse ni Auntie Flerie sa isang tapat ng luma at saradong bahay. Ang bahay noon nila Kobe.

"Saglit lang hah, may iaabot lang ako diyan kay kumare." Lumabas ng kotse si Auntie Flerie. May sinalubong siya sa kabilang kalsada.

While staring at his old house, an image of a guy flashbacks to my mind. His tantalizing eyes, his dimples and how we laugh while walking in our village every afternoon.

My tears started to fall na hindi ko maipaliwanag kung bakit. Bakit ba hanggang ngayon sa tuwing naalala ko 'yon naiiyak parin ako? Mabilis ko itong pinunasan dahil baka mapansin ako ng katabi kong si Apple.

 "Hay ang tagal naman ni Lola…mauubusan tayo ng pwesto sa restaurant e! Siguradong maraming nagde-date ngayon!" pagrereklamo ni Apple.

"Kung hindi ako ang naging President noon, hindi sana ako ang pinaabutan ng valentines card ni Allona. Kung hindi lang sana ako ang editor in chief non, hindi ako obligadong gawan ng feature story si Kobe. Lahat ng naging effort ko ay naging isang tulay para magustuhan pa lalo noon ni Kobe si Allona."

/9/ Cotillion

I am trying to operate the DVD player in my room. I open the cd's case, get the CD and put it in the DVD player. The music is about to play.

Intro of Secondhand Serenade song that was released 2008.

The best thing about tonight's that we're not fighting

It couldn't be that we have been this way before

I know you don't think that I am trying

I know you're wearing thin down to the core

But hold your breath

Because tonight will be the night that I will fall for you

Over again

Don't make me change my mind

"Mukhang gumagana pa siya after many years."

While the song is playing, nakaramdam ako ng matinding antok kaya napatungo nalang ako sa aking lumang study table.

Because of that I remember the night that he looked at me in a different way.

March 2008 (St. Bernadette Academy, 4-A Classroom)

I was absent for three days because of a fever. For the first time in history nagawa kong umabsent. That was also the reason hindi ako nakalaban ng quiz bee. My fever started when I saw Kobe kiss Allona. Masyado kong dinamdam. Nakakainis!

That was my first heartbreak. That day and night, wala akong ibang ginawa kundi umiyak sa aking kwarto kaya siguro nagkasakit ako. Auntie Flerie gave me royal, skyflakes and medicines na nakakapag-pagaan ng aking pakiramdam.

I was about to enter our classroom. Kanya-kanyang grupo ang nagtutumpukan na may kanya-kanyang agenda.

The boys were singing "Fall for you" by secondhand serenade while playing the guitar. James listening to his Ipod na lagi na lang siyang naka-headset simula ng mabroken-hearted siya kay Allona. Marga with her friend was talking about the Prom.

"Ano kayang magandang isuot sa Prom?" Marga asked to her group of friends.

"Nag-try kaming maghanap noong weekend ni mama sa bayan. Wala man lang kaming nakitang maayos," nakasimangot na saad ng isa pang friend ni Marga.

Junior and Senior's Prom was about to come. Iyon ang event sa highschool na halos inaabangan ng lahat.

"Teka…sino naman kaya ang aking first dance?" excited na tanong ni Marga.

"First dance, first dance…naku puro talaga kayo kalandian. Unahin nyo muna ang pagrereview niyo dahil malapit na ang entrance exam for college and university admission," singit ni Betty sa kanilang usapan.

Hanggang sa mapansin ako ng kill joy na si Betty. "Uy salamat Lord magaling na ang kaibigan ko!" Ngiti lang naisagot ko kay Betty.

"Uy Luna magaling ka na?" tanong ni Kobe matapos kong umupo at ibaba ang mga gamit ko sa tabi niya.

Ngunit tumango lamang ako sa tanong niya. He touched my forehead. "Salamat naman at maayos ka na Luna," he said.

"Naku labnat lang 'yon!" pang-aasar nanaman ni Alex.

"Hoy tigilan mo ako Alex kung ayaw mong isumbong kita sa mama mo!" pagbabanta ko.

"Ano namang isusumbong mo?" tanong niya.

"Hindi ka lang nagdodota sa com shop! Panatiko ka na rin ngayon ng Viva Hot—"

"Hoy Luna sige ituloy mo!" sigaw ni Alex. Napatawa na lamang ang iba naming kaklase.

"Hay pasalamat ka tahimik ako!" pang-aasar ko sa kanya. *"Walang klase?"* I asked.

"May emergency meeting lang ang mga teachers para sa nalalapit na Prom," sabi ng seatmate kong si Kobe.

Kung tingnan ko siya parang wala lang nangyari pero ang totoo siya ang dahilan ng hindi ko pagsipot sa Quiz Bee kaya wala akong balak kausapin siya. Kaya plano ko maghapon akong magiging abala at hindi siya titingnan at kukurapan man lang kahit magkatabi pa kami ng upuan.

"Luna," mahinang tawag niya.

Hay bakit ba niya ako pinapansin. Kainis…

Kunwari wala akong narinig. Tumingin ako sa labas ng bintana.

"Luna," muli niyang banggit.

"May kailangan ka?" masungit kong tanong.

Ngunit nginitian nalang niya ang kasungitan ng mukha ko. Dahilan para lumambot nanaman ako.

"'Pag tinatawag kita, lagi mo nalang tinatanong kung may kailangan ako. Ganyan ba tingin mo sakin na…kinakausap ka lang 'pag may kailangan. Hay eto talagang sipunin kong kababata…" while he was touching my hair. *"Malapit na ang admission sa St. Therese University. Sabi ni Tita Flerie, don ka raw papasok at accountancy magiging course mo. Wow…bagay sa'yo course mo,"* bati niya.

"Hay tanungin muna nila ako kung anong gusto. Si papa kasi nag-decide non e! Kakainis!" sagot ko.

"Bakit ano bang gusto mo?" he asked curiously.

"G-g-gusto ko?" Agad akong napaisip.

"G-g-gusto ko, makapag-create ako ng mga image ng anime. Napakagaling ng pagkaka-drawing kay Rukawa 'di ba? Gusto kong mag-drawing ng mga anime!" excited kong kwento.

Lumapad lalo ang ngiti niya sa'kin. "Mas magaling ang pagkakagawa nong sa Flame of Recca. Singgaling ko ang gumuhit non! 'Di ba nga natalo kita dati sa art competition," paalala niya.

"Oo na mas magaling kang magdrawing!" sagot ko.

"Pero matalino ka naman. E ako…ang hina ko sa academics. Buti na nga lang nandyan ka para tulungan ako lagi. Siguro kung wala ka, baka bagsak na ako. Baka pinadala na ako ni Daddy kay Mommy sa America. Parang ano…p-p-p-arang hindi ko kaya kapag wala ka Luna."

Ang mga huling kataga ni Kobe, tila paulit-ulit na narinig ko sa aking tainga.

"Hindi mo kayang wala ako, dahil nandyan ka lang naman kapag may kailangan. 'Yon lang ako para sa'yo," sabi ko sa isip ko.

On the next day, some of my classmates were requested to talk by the School Principal. Sila pala 'yung mga hindi sigurado kung papasa at makakagraduate at kasama don si Kobe.

"Okay na ang iba kong subject, sa Math na lang ang problema," nag-aalalang sabi ni Kobe habang nakatitig sa mga notes niya sa Math. "Hay akala ko matapos nating maging adviser si Mr. Tan noong 3rd year, makakawala na ako. Bakit kasi siya pa naging Math teacher natin ngayon?" dagdag pa niya.

"Hindi man lang ba siya magpapa-retake ng exam?" tanong ko.

"E alam mo naman, iba rin kasi ang style nong dinosaur na 'yon!" mahinang sabi ni Kobe.

"Huh? Bakit dinosaur?" pabulong kong tanong sa'king seatmate.

"Mukha siyang dinosaur kapag nagagalit, saka…'yong kutis niya parang dinosaur." Sabay kaming napatawa nang malakas kaya napatingin sa'min ang aming mga kaklase.

Ang sama ng tingin nilang lahat. Abala kasi sila sa mga seatwork. "S-s-sorry…" paumanhin ni Kobe sa lahat.

Lunch time when I decided to talk with Mr. Tan. Pumunta ako ng faculty room.

"Hindi man lang po ba kayo magbibigay ng remedial para kay Kobe?" nakikiusap kong tanong habang nakatayo sa harap ng kanyang table.

"Siya lang ang failed sa'kin, pag-aaksayahan ko pa ba ng panahon ang iisang katulad niya?" suplado niyang sagot. "Hay…puro kasi basketball," dagdag pa ni Mr. Tan.

"B-b-baka naman po pupwede sir."

"*At saka bakit ba ikaw ang nakikiusap para sa batang 'yon? Ano ka ba niya hah?*" *napataas bigla boses ni Mr. Tan. Saktong dumaan ang principal.*

"*Mr. Tan,*" *bati ng matandang babaeng principal ng aming school.*

"*Ka-k-kayo ho pala ma'am...*" *Agad na umamo si Dinosaur at nagulat sa pagsingit ng principal.*

"*Please give him a chance. Okay?*" *Bigla akong nabuhayan sa sinabi ni Madam Principal at agad naman itong umalis.*

Naging dinosaur nanaman itsura niya pag-alis ng Principal. "*Hay ano ba 'yan? P-p-pano ba?*" *Napapakamot na lang siya sa ulo.*

"*K-k-kahit ano po Sir gagawin po ni Kobe!*" *masaya kong sabi.*

"*Kahit ano pala hah. Sige...kung ganoon bago ko bigyan ng retake para sa exam ang Kobe na 'yon, simula sa araw na ito kayo na lagi ang magdidilig 'nong halamang tinanim ko sa likod. Tuwing hapon ang pagdidilig non Ms. President!*" *paliwanag niya.*

"*Kami hong dalawa?*" *paninigurado ko.*

"*Ay aba oo naman! Dahil ikaw itong nakikiusap 'di ba. Hay kung hindi lang ikaw ang student council president, bakit pa kita pagbibigyan?*" *Napangiti ako.*

"*Poinciana tree 'yon, at kapag naging puno na 'yon ay marami 'yon mamulaklak. Pagdating ng panahon kapag ako na ang Principal dito ay gusto ko parin makita ang puno na iyon.*" *he explained.*

Doon ko nalaman may balak pala siya maging Principal. Kaso nga lang para hindi ata bagay.

I smiled to Mr. Tan. "*Masusunod po Mr. Tan.*"

Every afternoon naming dinidiligan ang itinanim na Poinciana tree ni Mr. Tan. 'Yong seatmate na nga kayo maghapon, magkalapit pa bahay niyo pati pa naman sa pagdidilig magkasama parin kayo.

"*Ang weird din pala ni Mr. Tan noh?*" *natatawa kong sabi.*

Kobe and I were standing in front of the plant. Kakatapos lang naming magdilig.

"Ilang taon kaya bago lumaki at mamulaklak ang puno na ito? Five years from now, o baka…mga ten years?" he asked habang bitbit parin ang maliit na timbang may natirang tubig.

"Wow parang ang tagal naman 'ata non! Baka marami na kayong anak non ni Allona!" natatawa kong sabi.

"Allona?" nagtataka niyang tanong. "Ah okay…Ano ka ba Luna, hindi ko na girlfriend si Allona!" pagtanggi niya.

"Huh?"

He smiled at me. "Hindi na kami nagkabalikan pa dahil may nalaman ako."

"At ano naman 'yon?" I asked him curiously.

Winisikan niya ako ng tubig galing sa timba niyang hawak. "Tsismosa ka rin ano!"

"Kung ganon ikaw chixboy ka!" Pilit kong inagaw sa kanya ang timba at binasa rin siya.

Para kaming mga bata noong hapong iyon na nagbabasaan at naghahabulan. Tulad lamang ng dati na kung ano kami noong mga bata pa kami bilang magkalaro.

Dumating ang gabing pinakahihintay ng aking mga kaklaseng excited.

The Junior and Senior's Prom!

Paulit-ulit akong tumitingin sa aking oras sa'king Nokia cellphone while riding in a owner type jeep of Auntie Flerie. Mag-aalasyete na ng gabi ngunit papunta pa lang ako. The event was about to start with a cotillion dance by junior and senior students. Kawawa naman ang partner ko sa cotillion na si Kobe kung malalate ako.

Sa wakas huminto ang sasakyan sa harap ng gate ng school.

"Saktong 10:00 kita ipapasundo kay Winny!" paalala ni Auntie Flerie bago ako bumaba.

"Sige po!"

Pagbaba ko ay agad kong narinig…

"Announcement po to all juniors and seniors na kasali sa cotillion, please come on the backstage na po!"

Although I was wearing a black cocktail dress and heels, binilisan ko na sa paglalakad at halos patakbo na akong pumasok ng event.

"The campus, especially the stage, looks so elegant. All seniors and juniors looked pretty, gorgeous at halos hindi mo sila makikilala sa mga make-up at suot nila.

"Hay nasan na ba ang Luna na 'yon?" nag-aalaang tanong ni Betty habang palingon-lingon sa paligid.

"Betty!!!" Nilakasan ko upang marinig niya dahil napakalakas ng tugtog.

"L-l-luna?" Natulala sa akin si Betty.

And every students in the backstage looked at me simula ulo hanggang paa.

Naninibago ba sila sa pandak na biglang tumangkad dahil sa heels?

Naninibago ba sila sa curly hair ko ngayon na nasanay sila sa buhok na hanggang balikat na medyo tumi-tikwas tikwas pa.

Naninibago ba sila sa elegante kong suot dahil nasanay sila sa laging t-shirt at mahabang palda na aming uniform?

Dumating is Kobe wearing a black suit and tie. "Uy sa wakas dumating na ang partner ko!"

Ngumiti ako sa kanya. But what he had done that night was to stare at me.

His stares were so different compared to the other day.

Dumating ang isang teacher sa backstage. "Humanay na kayo at pumunta na sa mga partner niyo. Magsisimula na tayo!"

Lumapit sakin si Kobe. Dahan-dahan niyang iniaabot sa'kin ang kanyang kamay. Hindi ko maintindihan ang nararamdaman ko. Kinakabahan na tanggapin ang kamay niya.

Nakatitig at tila wala ako sa sarili habang nakatingin sa kanyang palad.

"Let's go Luna…" mahina niyang sabi.

Lumunok ako. "O-o-okay…"

The music started to play. The cotillion dance began.

Ang iba't-ibang kulay ng ilaw na nakapaligid sa amin sa gitna ng event ay tila nakikisabay sa kung ano ang nararamdaman ko ngayon. Magkahalong kaba habang kasayaw siya na may kasamang paglundag ng aking puso.

What the best thing about that night was...

He was my first dance.

Habang sumasabay ang aming mga paa at kamay sa tugtog ng cotillion, tila nanlalamig ang buo kong katawan lalo na nang magtatagpo ang aming mga mata.

"Hindi man lang ba niya ako nakita kahit minsan bilang isang babae? Lagi bang isang kababata at simpleng kaklase lamang ang turing niya sa'kin?"

"At bakit ba hindi niya ako magawang magustuhan?"

Mga katanungang alam ko naman ang sagot ngunit bakit kailangan ko pang itanong sa aking sarili.

Siguro nga dahil sa...

Dahil sa...

Hindi niya talaga ako gusto.

Pupunta na siya ng America after ng graduation namin. Doon na siya mag-aaral ng college. Napakabigat lang sa kalooban na hanggang ngayon wala parin siyang alam tungkol sa nararamdaman ko sa kanya. Ako 'yong klase ng taong ni minsan ay hindi nagsabi...

Laging nagtatago

Dahil gusto kong siya mismo ang makakita sa'kin.

Kaya kahit kailan hindi ako bibitaw ng mga salitang magiging dahilan ng pagbabago ng aming relasyon.

A week before the final exam, naging abala na ang lahat sa pagtapos ng mga requirements at sunog kilay na pagrereview.

April 2008 (In my bedroom, Auntie Flerie House)

Final exam na at last week ng klase. I was holding my notebook while sitting in front of my study table. I saw the mini clock in my table and it was already 8:00 in the evening. Ang sabi ni Kobe pupunta siya dito para hiramin ang aking mga pointers pero hindi parin siya dumarating. I went to the window to close it dahil narinig kong umaambon mula sa mga pumapatak na ambon mula sa ibabaw ng bubong.

Someone was waving from the outside of the gate. He was smiling while waving at me.

Kinuha ko ang hihiramin niyang notebook sa aking table. Nagmadali akong bumaba mula sa'king kwarto. Agad na kumuha ng payong dahil uulan na.

Nang makalabas ako ay agad ko siyang hinarap. Ibinaling ko ang payong sa kanya.

"S-s-s-sorry Luna kung nagabihan ako. Galing pa kasi ako ng com shop at nagpa-print ng research." Agad kong binigay ang notebook ko sa Math. "Sure ka ba na papahiram mo sa'kin ito?" he asked.

"Saulo ko na lahat ng formula Kobe," nakangiti kong sagot. "Mag-aral ka mabuti huh…Lagot ka sa'kin kapag nabagsak ka pa niyan e…notes na ng running for valedictorian ang gamit mo sa pagrereview," pabiro kong sabi.

"Anong running? Sure na ikaw na ang valedictorian Luna! Congratulations! Ang galing mo talaga!" bati niya.

"Salamat !" mabilis kong banggit.

"Bakit ka naman sakin nagpapasalamat?" nalilito niyang tanong.

"Dahil ikaw ang naging inspirasyon ko," mabilis kong banggit.

Biglang nagkaroon ng ilaw ang posteng walang ilaw kanina sa tapat namin, dahilan upang maging maliwanag ang paligid. Naliwanagan din agad ang aking isip sa sinabi ko.

Teka…ano bang sinabi ko sa kanya?

H-h-hindi, hindi…

Bakit ko sinabi 'yon?

Mali, maling-mali ako

Hindi ako makatingin sa kanya at nakatulala lamang siya sakin.

Bigla nalang bumuhos ang ulan. Dahil nga may hawak siyang notebook ay lalo ko pang inilapit sa kanya ang payong.

"L-l-luna…nababasa ka na," mahinang sabi niya.

Saka ko lang naramdaman na basa na nga ako ng ulan.

Ganito ba talaga kapag gusto mo ang isang tao, de baleng masaktan ka…de baleng mahirapan ka…

Alang-alang lang sa kanya.

****

The music in the DVD player is still playing in my bedroom.

Your Call by Secondhand Serenade

Cause every breath that you will take

When you are sitting next to me

Will bring life into my deepest hopes, What's your fantasy?

(What's your, what's your…)

Cause I was born to tell you I love you

And I am torn to do what I have to, to make you mine

Stay with me tonight

And I'm tired of being all alone, and this solitary moment

makes me want to come back home

Tumayo ako mula saking kinauupuan in front of my study table. Binuksan ang bintana ng aking kwarto. It's raining outside.

Sa aking imahinasyon ay muli kong nakita ang isang lalaking kumakaway at nakangiti sakin. Ang taong bumuo ng aking kwento mula sa kahapon.

/10/ Graduation Cap

April 2008 (St. Bernadette Academy, Graduation Day)

"I just want you to know…classmates, batchmates and friends that I will forever cherish our highschool memories. I am Luna Marie Castillo, your class valedictorian batch 2008. Thank you and BYE for now."

The teachers, principal, guest speaker, parents and my batchmates stand up and gave me a clap as I ended my speech. Lumapit ako sa mga teachers na nasa stage to give thanks to them.

Kinamayan ako ni Mr. Tan. "Maraming salamat sa pagdidilig ng aking halaman Luna. Kapag naging successful ka na at kapag nalaman mo na ang totoo balang araw, balikan mo ang puno huh…"

"Nalaman ang totoo? Ano pong ibigsabihin ninyo?" nalilito kong tanong.

"Basta…malalaman mo rin," he smiled at me.

Wearing white gown and graduation cap—hindi puro kasiyahan ang nararamdaman kahit nag-tagumpay ka na sa highschool journey. May isang parte sa puso namin na nalulungkot kami to say goodbye to our classmates and friends.

Bumaba na ako ng stage. Sabay-sabay naming hinagis ang graduation cap. Other graduates were saying goodbye to each others, at meron pa ngang iba na lumapit sa mga parents nila habang umiiyak.

I was shocked when someone went in front of me.

"Luna." Binigkas niya pangalan ko na may lungkot. Mukhang magpapaalam na siya. Siguro nga ito na ang huli naming pagkikita before he go to America para doon mag-college.

Nakatingin lamang ako sa kanya. Wala akong ibang nararamdaman kundi lungkot.

Bigat ng kalooban, na ang nakasanayan kong makasama simula bata hanggang ngayon ay hindi ko na muli makakasama pa.

Hinihintay ko ang sasabihin niya na tila ba hindi niya mabanggit. "L-l-luna…Maraming salamat sa lahat. Utang ko ang lahat ng ito sa'yo."

"'Wag mo nang isipin 'yon," nakangiti kong sagot pero napakabigat sa loob ko na hanggang ngayon ay salamat lang talaga ang kaya niyang sabihin.

"Ano kasi…" Nauutal siya na tila ba may sasabihin pa.

"Ano 'yon Kobe?" I was about to look into his eyes. He looked so serious.

"I love you," he said seriously.

Sa maingay na paligid na halos lahat ay nagpapaalam sa isa't-isa, ang mundoy ko'y saglit na tumigil sa pag-ikot.

Tama ba ang narinig ko?

Baka naman nagkamali lang ako ng dinig.

At heto ako nakatulala lamang sa kanya. Ilang segundo akong hindi makaimik at nakatulala lamang Ngunit ang pagkatulala kong 'yon ay biglang nagbago nang bigla siyang.

Tumawa siya. "Joke lang! Pinapatawa lang kita kasi ang lungkot mong tingnan!"

Nagpatuloy siya sa pagtawa at napilitang sabayan iyon.

Pangalwang beses na niya itong ginawa sa'kin. Grade three kami noong huling ginawa niya ito. Mukha talaga akong biro kahit kailan sa kanya.

The day after graduation ay hindi ko na nakita pa muli si Kobe na pagala-gala sa village. Iyon na nga marahil ang huli naming pagkikita. Natapos ang summer vacation na wala akong ibang ginawa kundi mag-advance study para sa course ko na Accountancy. Wala na akong nagawa sa gusto ni papa kaya para sa ikatatahimik niya ay sinunod ko nalang.

It was July 2008 when the first day of school in college started. Mabuti na lamang at hindi ako iniwan ni Betty na talagang gumaya pa sa course ko kahit ayaw rin niya. Gusto lang daw niya akong makasama pero wala raw siyang balak after graduation na magtake Board Exam dahil mas gusto raw niyang magtayo ng sariling negosyo.

New school, new environment and new people. Wala narin akong balita sa mga classmates ko noong highschool kung saang lupalop na sila ng mundo.

Hindi na masyadong uso ang group message and group text dahil facebook ang kinagigiliwan ng lahat but you have to open your account in internet shop. Uso rin noon ang makikipag-meet up sa textmate.

Iba na ang buhay pagdating ng college. That was one of the most difficult stages in life, mapa-academics man or financial. Mabuti na lang because Auntie Flerie allowed me to rent an apartment dahil malayo ang school sa bahay. Kasama ko rin sa apartment ang kaibigan kong si Betty.

While Betty and I were eating instant noodles in the apartment, paulit-ulit na tumutunog ang cellphone ko just because of text messages.

Naistorbo tuloy ang paghigop ni Betty ng sabaw. "Sino ba kasi 'yang text ng text sa yo?"

I opened the messages. "Wala ito, 'yong makulit na sinasabi ko sa'yong nagtetext lagi."

"Kitain mo na kasi Luna. E kung taga school lang naman pala kahit kitain mo don samahan pa kita." Ipinagpatuloy niya ang pagkain.

"Wag mo nga akong itutulad sa iba. Hindi porke uso ngayon ang nakikipag meet up sa textmate e…makikiuso ako! Saka ano namang dahilan bakit gusto niya magpakilala?" tanong ko.

"Kasi nga secret admirer mo siya!" May paglapit pa itong si Betty sa mukha ko.

"E ano naman ngayon!" pagsusungit ko.

"Yan…yan ang hirap sa'yo e…baka naman kasi hanggang ngayon 'yong Kobe parin na 'yon ang iniisip mo! Hay naku Luna, baka hanggang mag-asawa ka si Kobe parin iniisip mo hah, o baka naman hindi ka na talaga makapag-asawa dahil sa lalaking 'yon! Look! He was just your childhood friend, nothing more, nothing less! Bakit naging kayo ba?"

"Teka…bakit naman napasok si Kobe sa usapan na 'to?" naasar kong tanong.

"E kasi nga buong buhay mo puro siya nalang. What if…try to look with the other wonderful things in this world! You have to explore Luna! College ka na po noh!"

I just realized that Betty was right. That was why I met Andrei.

The varsity player of the university, with height of 6'1 , university's crush and a son of a business owner.

I didn't know how he got my cellphone number. I didn't know what his motive was. But all I remember was…

He courted me.

Ano bang nagustuhan niya sa isang introvert na katulad ko?

Si Kobe na campus crush, gwapo at three points shooter, hindi ako nagustuhan e nakakapagtaka lang kasi na dapat si Andrei mas mataas ang standard sa babae kaysa kay Kobe ay nagawa akong ligawan.

Andrei was almost a perfect guy pero bakit ni minsan ay hindi siya pumasok sa kokote ko.

Weekend umuwi ako sa bahay. Pagpasok ko ng bahay nakasalubong ko si Aling Winny na may buhat-buhat na kahon pababa ng hagdan.

"O nandyan ka na pala Luna!" bati niya at binaba ang mga kahon sa sahig. Pinunasan niya ang pawis niya sa mukha. "Hay grabe ang dami mo palang gamit!"

"Ano ba kasi mga laman niyan Aling Winny?" I opened the box.

It was my notebook and things during highschool and elementary.

"Aling Winny…bakit niyo naman po itatapon na ang mga 'yan?"

"E 'di ba sabi mo pagdating mo ngayong weekend, itatapon mo na itong mga ito. Alam kong pagod ka kaya ano na gumawa," she explained.

"P-p-pero sa sunod nalang siguro…"

"O bakit nagbago na isip mo?" nagulat niyang tanong.

Umupo ako sa sofa. "Mahalaga pala sakin mga bagay na 'yan Aling Winny. Bakit ganon parang hindi ko matanggap na college na ako. Hindi ko matanggap na hindi na ako bata. Parang gusto ko nalang ulit maging bata," I explained.

"Sus…ang sabihin mo may namimiss ka lang—"

"Namimiss? Sino?"

"Anong sino? Wala naman akong tinutukoy na tao, sino agad ang iniisip mo? Naku Luna…huli na kita!" kantsaw ni Aling Winny. "Kahit hindi mo

sabihin alam ko kung sinong crush mo dati! 'Di ba 'yon 'yong diyan sa kabila-kabilang bahay. Sus…naku naman! Kahit ang Auntie mo ay halatado niya. Ikaw ba naman ang tumakbo papalabas kahit gabi na kapag dumating ang batang iyon!" dagdag pa niya.

"Pati si Auntie Flerie may alam?" nagulat kong tanong. "Kayo siguro pinag-uusapan niyo ako dati ano!"

"Abay syempre naman lalo na nung siya na-kapartner mo sa cotillion. Hahahaha!"

Napabuntong-hininga nalang ako habang tinitingnang tumatawa si Aling Winny. Hindi ko alam kung maiinis ba ako o matatawa sa kanya.

"Nandito na kami!" Auntie Flerie entered the house together with a cute girl wearing denim short and a hanging blouse. Hila-hila niya ang isang malaking maleta.

"Ay aba buti na lamang at nakapagluto na ako ng sinigang na hipon!" Aling Winny said.

"Wow, that is my favorite Auntie Flerie!" excited niyang sabi.

I was wondering who was that girl that looked so familiar to me.

"Oo nga pala Luna, pinsan mo ito si Daphne, anak ng Uncle Benedict mo na pinsan namin ng papa mo. First time niyo nagkita 'di ba? Sa Baguio kasi siya nakatira," Auntie Flerie explained.

Daphne smiled at me. "Hi I am Daphne!" magiliw niyang sabi.

"Luna share muna kayo ng room huh…" sabi ni Auntie Flerie.

"Don't worry ilang months lang naman ako dito Luna," Daphne explained.

"Okay lang, lagi naman akong wala rito, tuwing weekend lang ako nandito," naiilang kong sagot.

"Thank you Luna," she smiled.

"O siya mabuti pa siguro bago ka magpahinga Daphne ay kumain muna tayo!" yaya ni Auntie Flerie. "Ako na bahala maghain, tapusin mo na 'yang gawa mo Winny kakain na tayo!"

Pumunta ng kusina si Auntie Flerie at agad namang sumunod si Daphne.

"Ano, itatapon ko ba o hindi?" Pareho kaming nakatingin ni Aling Winny sa kahon na nasa harap niya.

"Pakitapon na po," mahinang kong sagot nang may pag-aalinlangan.

Ang sagot na iyon ay isang desisyon na itatapon ko na ang mga alaala. The memories that I had yesterday. Because I need to step up and accept na hindi na ako bata.

Sa loob ng isang taon unti-unti ko nang binago ang aking sarili at alisin ang inner child ko. Hanggang sa naging 2nd year college na kami ni Betty.

July 2009 (Apartment)

Lumabas ako sa aking kwarto at handa ng pumasok. Naabutan ko si Betty na mukhang bagong gising palang at kumakain ng agahan.

"Ay ang aga mo naman 'ata? Ala-una pa klase natin 'di ba?" Mukhang antok pa si Betty habang hinahalo ang kanyang kape.

"Betty…Tama ka, hindi na ako bata. Dalaga na tayo at iba na ang mundo natin ngayon." Natigil si Betty sa paghahalo ng kanyang kape at nakatulala lamang siya sa'kin.

Nahihiwagaan siguro siya sa sinabi ko. "Sinabi ko nga 'yon pero…bakit naman bigla mo 'yan naisingit?"

"Itong first year college tayo at dumaan na summer break nag-isip na ako ng mabuti. Handa na akong harapin ang bago kong mundo. Sasagutin ko si Andrei ngayon kaya maaga akong papasok. Magkikita kami sa school at sasagutin ko na siya," nakangiti kong paliwanag.

Nabitawan niya ang hawak na kutsara. "S-s-s-sigurado ka ba?" hindi makapaniwala na tanong nito.

Tumango ako at ngumiti lamang.

Pagkalabas ko ng apartment ay mabilis akong lumakad papuntang school. Walking distance lang kasi ang apartment namin sa school. Maraming mga estudyante ang kapwa kong naglalakad papuntang school. Marami rin mga tumatambay sa mga gilid ng daan dahil halos apartment ang katabi ng school at puro estudyante ang mga umuupa.

It was month of July pero ramdam ko ang malamig na ihip ng hangin. Siguro dahil sa climate change. My long straight black hair was also waving because of the air. Humaba na ang aking buhok sa paglipas ng mga araw hindi katulad noong highschool na laging ginugupitan. Naging straight na rin ito dahil natuto na akong mag-ayos ng sarili. Hindi mawala sa labi ko ang mga ngiti habang ako ay naglalakad. I felt that day would be the beginning of new memories.

Hindi ako ganoon attracted kay Andrei but I would try my best para magustuhan din siya habang kami pa. I was never experience to be in relationship since highschool na naranasan na halos ng mga naging kaklase ko. Kaya ngayon I wanted to try something that I never been experience before.

"Ngayon ko malalaman kung ang pagkakaroon ba ng boyfriend habang nag-aaral ay isang inspiration or destruction," nakangiti kong sabi sa aking sarili.

I was about to cross the road at hinihintay na maubos ang mga sasakyan. Nasa kabilang kalsada kasi ang school at medyo marami rin naman akong kasabayan na tatawid.

Nang naubos na ang mga sasakyang dumadaan sa harap namin ay nakahanda nang tumawid ang lahat.

Nang akmang ihahakbang ko na ang aking paa…

A man who looked familiar to me ang nakita kong nakatayo sa harap ng gate ng school, sa kabilang kalsada.

At nang maging klaro ang mukha niya sa'kin, nagawa kong ihakbang ang paa ko pabalik. Tila ba may pumipigil sa akin sa pagtawid.

Ako na lamang ang natirang tao na tatawid at nakatawid na halos lahat ng kasabayan ko.

Kung ihahakbang ko ang aking paa upang tumawid, isa lang ibigsabihin nito.

Na…na hindi ko parin kayang talikuran ang kahapon. At hindi kayang palitan ang alaala ng kahapong kasama siya.

My cellphone vibrated in my pants. I opened the message.

It was from Andrei. "D2 na ako. Asan ka na?"

Tumawid ako ng kalsada because Andrei was waiting for me inside of the campus. At nang makatawid na ako. Malinaw na malinaw ang mukha ni Kobe Del Rosario.

"L-l-l-luna?" he smiled.

Ang mga ngiting 'yon ang nagpaalala sa'kin ng kahapon. Ang masayang kahapon ng pagkabata, at ang kahapong walang ibang ginawa kundi ang umasa sa wala, magtago sa totoong nararamdaman at piliting magbulag-bulagan sa isang taong pinaglaanan mo ng maraming taon pero kahit kailan ay hindi ka tinitingnan.

Lumapit siya sa akin.

"A-a-anong ginagawa mo rito?" tanong ko.

Muli ko nanaman nasilayan ang masigla niyang mata.

"Pinayagan na ako ni mommy na dito muna ako mag-college!" Masayang-masaya siya sa sagot niya pero ako, hindi ko alam kung matutuwa ba ako.

Kasi handa na sana akong iwan ang kahapon. Handa na sana akong harapin ang bagong mundo na hindi siya kasama pero bakit?

Bakit muli siyang bumalik? Para saan? Para ba paasahin na naman akong muli? At turuan nanaman niya akong magbulag-bulagan at alalahanin ang kahapon.

/11/ Bouquet

"I was amazed by your experience written on your resume Ms. Castillo. Imagine? Working for almost 8 years! Napaka-tiyaga mo pero bakit hindi ka man lang napromote?" The HR asked.

"Wow, nang-iinsulto ba siya?" Nagdalawang isip tuloy ako kung HR ba talaga itong nasa harap ko.

Halos manigas ako habang nakaupo sa harap niya at nag-iisip ng isasagot.

"Because I think ma'am that my previous company was not meant for me. There is something else," nakangiti kong sagot.

"Actually I am going to prank you Ms. Castillo. May nauna kasi sayo na nag-apply and we urgently hire her because board passer na siya. But anyway—"

"Thank you for your time ma'am. Nice meeting you!"

Agad akong lumabas ng opisina ng HR.

Napabuntong hininga nalang ako sa nangyari. "Tsk…tsk…masyadong maraming sinasabi hindi rin naman pala ako tatanggapin. Pwede naman maging direct to the point e! Sinasayang oras ko. Hay…bakit nga pala pumunta pa ako dito at nagsayang ng pamasahe not knowing na CPA pala hinahanap nila e 12,000 lang naman ang sahod. Wow huh! Demanding na company! Bwesit." Tinaasan ko pa ng kilay ang pintuan ng opisina ng HR bago umalis.

Paglabas ko ng building ay hindi pa rin mawala ang inis ko. "Kung maka-reject naman wagas masyado. Hoy excuse me, minalas lang ako sa board exam pero matalino naman kaya ako! Hay kainis bakit ba kasi hindi na lang ako lagi ang pinipili? Bakit ba lagi nalang akong nauunahan? Kakainis!"

July 2009 (In the Apartment)

Walang tigil si Betty sa kakatalak sa'kin habang nag-aayos ako ng aking mga damit sa cabinet.

"Hay naku Luna, matalino ka nga pero napakahina mo pagdating sa Kobe na 'yon! Sabi mo lang kahapon sasagutin mo si Andrei 'di ba? Pero bumalik lang si Kobe hindi mo na sinagot si Andrei!"

"Teka…bakit ba kasama si Kobe dito?" naiinis kong tanong.

"Kasi nga siya ang dahilan kung bakit hindi natuloy na sagutin mo si Andrei. Ang ganda-ganda ng mood mo kahapon pero nong nalaman mong sa school na natin papasok si Kobe, tila bumalik ka nanaman sa pagkabata mo!" naiinis na paliwanag ni Betty.

Hininto ko ang pagtutupi ng damit. "Betty…walang kinalaman si Kobe. Hindi ba pwedeng bigla lang nagbago isip ko kasi 'yang mga boyfriend na 'yan, destruction lang 'yan noh!"

"Ayan nga, ayan na ayan 'yong dating Luna. Bumalik ka nga nanaman sa dati. Hay kainis bakit kasi bumalik-balik pa 'yang Kobe na 'yan? Sabi sa America na papasok tapos biglang uuwi, at sa school pa talaga natin napiling mag-enroll! Buti nalang iba ang course niya kaya hindi siya makakapaturo sayo ngayon."

Biglang bumukas ang pinto ng kwarto. "Good morning!!!"

Natahimik kaming dalawa ni Betty sa pagdating ni Daphne. "A-a titingnan ko lang 'yong sinaing ko," paalam ni Betty bago lumabas ng kwarto na tila nagulat sa pagdating ni Daphne.

"O, paano mo nalaman itong apartment?" tanong ko.

Pumasok si Daphne ng kwarto at mukhang namili siya ng mga damit. Pinatong sa kama saka siya umupo. "Tinuro sakin ni Auntie Flerie. Pwede bang tumambay ako minsan dito Luna? Boring kasi sa bahay e…wala akong makausap. 'Wag mong isipin na iistorbohin kita sa pag-aaral, minsan lang naman," nakikiusap na paalam ni Daphne na parang bata kung makiusap.

"A-a-oo okay lang," mahinang sagot ko.

"Thank you cousin!"

Napilitan nalang ako ng ngiti sa kanya. Ang totoo kasi niyan may pagka-feeling close siya habang ako introvert na parang ilang lagi sa mga tao. Masyado lang sigurong magkaiba ang ugali namin.

"Oo nga pala eto oh…may binili ako para sa'yo." She opened the paper bag and showed me the pink dress. *"Para sa'yo ito Luna, sukatin mo kaya!"*

"P-p-pero bakit mo ako binilhan?"

"Para naman may remembrance ako sa'yo noh! Hindi ko alam kung hanggang kailan ako dito. Binenta na kasi 'yung bahay namin sa Baguio. Hinihintay ko nalang si mama na tawagan ako at sasama na ako sa kanya sa Dubai," she explained.

"Ganon ba…"

"Saka gusto kita makitang naka-dress kasi lagi ka nalang naka-pants e! Feeling ko bagay sa'yo saka ang ganda mo kaya! Pero mas sexy ako sa'yo huh…" pabiro pa niyang sabi kaya napangiti nalang ako.

"Oo na sige na. Salamat diyan ililibre nalang kita mamaya ng ice cream para naman makabawi ako sa'yo!" yaya ko.

"Talaga!" At parang bata si Daphne na tuwang-tuwa sa sinabi ko.

Kinahapunan bago ko ihatid sa sakayan pauwi si Daphne ay dumaan kami ng convenience store para ililibre siya ng ice cream.

"Kapag gusto mo 'yung kasama mong kumakain ng ice cream, mas magiging masarap ito. 'Yon ang sabi ng ex ko Luna," kwento ni Daphne while we were both eating ice cream inside of the convenience store.

"Kung ganoon, nagkaroon ka na pala ng boyfriend dati," sagot ko.

"Oo naman! Pareho lang tayo ng edad Luna. Bakit ikaw? 'wag mong sabihing NBSB ka parin!" curious na tanong ng aking pinsan.

"Hindi na mahalaga 'yon noh…"

"I'm sure may tao kang hinihintay kaya hindi mo pinapansin ang mga manliligaw mo! Tama ba ako Luna? Sino 'yon hah…"

Pareho kaming nakuha ang atensyon nang bumukas ang pinto ng convenience store. Isang binata ang pumasok na mukhang galing sa pag-jojogging ang outfit.

"Speaking of the devil," bulong ko sa aking sarili.

"O Luna, ikaw pala!" nakangiting bati ni Kobe.

"Nag-jogging ka ba?" tanong ko.

"A…oo!" Nagpakita nanaman ang mga dimples niya.

Napansin kong nakatingin sa kanya ang pinsan ko. "Si Daphne nga pala!"

"Hi!" nakangiting bati ni Daphne.

"Sports Festival na next month! Attend ka ba?" tanong ko.

"Baka manood lang," sagot ni Kobe.

"Hindi ka maglalaro?" curious kong tanong.

"Nakakahiya naman Luna e bago palang akong mukha sa school tapos magpapabida agad ako," napa-kamot sa ulo si Kobe.

Napansin kong mag-aalasais na sa aking relo. "Naku Daphne, baka hinahanap ka na ni Auntie. Halika na hatid na kita! Kobe mauna na kami huh…" paalam ko.

At hanggang sa paglabas namin ng convenience store.

"Who's that boy Luna?" I think Daphne was curious about him. Iba ang tingin niya kanina kay Kobe.

"S-s-si Kobe, kababata ko!" pilit-ngiti kong sagot. "Papara na ako ng tricycle hah…"

August 2009 (St. Therese University, Sports Fest)

College students were watching basketball. May kanya-kanyang team na chinicheer sa bawat bleachers. Red vs Blue. And Andrei was on Blue Team. Girls were cheering for him. Every time he made points, talagang tumitili ang lahat.

"Iba talaga ang Andrei na 'yan! Walang sinabi don sa dating crush mo!" pagpaparinig ng katabi kong si Betty. "Pero sinayang ng isa diyan," dagdag pa nito.

Napatingin ako sa'king kaliwa at may isang lalaking nagkasabay pa kami ng tingin sa isa't-isa. He smiled at me at ginantihan ko rin iyon ng ngiti. Hindi kami nagkakalayo ng pwesto kaya hindi imposibleng nagkatinginan kami ng sabay—si Kobe.

Nang ibalik ko ang tingin sa basketball court. There was something that flashback on my mind.

A boy that was playing basketball and every three points shot— parang mahuhulog ang puso ko.

Isa lang 'yon sa mga pakiramdam ng kahapon na dapat hindi ko na binabalikan. Kahit anong galing ni Andrei, hindi siya ang taong naiisip ko.

Kundi walang iba kundi ang aking kababata parin.

Nagpito ang referee. "Time out!" Pumunta sa bawat magkabilang gilid ang mga players.

"Grabe papa Andrei, nakakalaglag ka ng panty!!!" sigaw ng isang bading sa kabilang bleachers kaya lalong nag-tilian ang mga bading at babae.

Nagawa namang kumaway ni Andrei while he was holding a bouquet with plenty of red roses. He walked inside of the court na tila ba may pag-aabutan ng flowers. Binasted ko na siya kaya siguro may iba na siyang niligawan.

"Ay grabe sino kaya ang maswerteng bibigyan niya ng bulaklak?"

"Parang ako 'yung kinikilig !"

"Kayo naman wala pa nga, hintayin natin kung sino!" mga bulungan sa aking likod.

Palakas nang palakas ang sigawan at tilian ng lahat. Until…

Some people in front of me…

Bigla na lang silang tumayo at tumabi.

Inakyat ni Andrei ang tatlong steps ng bleachers. A basketball player was in front of me, giving me flowers.

"This is for you Luna," while he was smiling and I didn't know what would be the words I was going to say.

His eyes looked sincere and all the students were screaming. "Tanggapin mo na! Tanggapin mo na!"

Ang haba ng buhok ko sa effort na ginawa niya. Pero bakit hindi ako makaramdam ng saya lalo na nang hindi ko maiwasang mapatingin kay Kobe.

He never smiled at me that time at bigla nalang siyang tumayo mula sa kanyang kinauupan at bumaba ng bleacher.

Until I accepted the flower dahil ayaw kong mapahiya ang isang katulad ni Andrei na maraming nagmamahal.

Andrei smiled at me when I was accepted it at lalong lumakas ang tilian. Habol tingin naman ako kung nasaan na si Kobe pero hindi ko na siya nakita.

Sa isang iglap bigla siyang naglaho sa paningin ko.

The days passed by. Kahit sa St. Therese University na nag-aaral si Kobe as a Tourism student, nakakapagtakang hindi ko siya nakikita. Sa bagay…masyadong malaki at maraming estudyante sa University kaya siguro hindi ko lang siya napapansin. At saka iba rin kasi nga pala ang course niya kaya magkaiba kami ng schedule. Kahit umuuwi ako ng weekend sa bahay hindi ko rin naman siya nakikita. Parang laging walang tao sa kanila sa tuwing sinisilip ko ang kanilang bahay—palaging mga katulong lang.

Sa pagdaan din ng mga araw mas lalong naging malapit sakin ang pinsan kong si Daphne. Ngayon lang kami nagkakakilala ng pinsan ko pero parang pakiramdam ko napaka-komportable namin sa isa't-isa. Lalo na sa tuwing weekend at nasa bahay kami—share sa iisang kwarto. Halos abutin kami ng madaling araw kung magkwentuhan. Dahil doon pati ang tungkol kay Kobe ay naikwento ko rin sa kanya.

Until one day…

Lumabas kami ng convenience store ni Betty sa tapat ng school dahil kakatapos lang namin mag-merienda.

"Hay grabe deserved kong mabusog ang hirap kaya ng exam!" napabuntong-hiningang saad ni Betty matapos naming makalabas ng convenience store sa tapat ng Univerity. Ramdam ko kaagad na nawala ang aircon ng convenience store at napalitan ng mainit na pakiramdam sa katawan.

"Luna, look at the left," bulong ni Betty sa'kin. Agad naman akong tumingin sa tinutukoy niya.

Si Kobe—naninigarilyo sa gilid ng convenience store. Nakakapanibago ang awra niya lalo't first time ko siyang nakitang naninigarilyo.

"Betty, una ka na sa school. Hintayin mo nalang ako sa hallway," paalam ko.

"Hay…ano pa nga ba." Napabuntong-hininga muli si Betty bago ako iniwan.

Kumaway si Kobe at ngumiti. Nang makalapit ako sa kanya.

"N-n-n-nagyoyosi ka pala," nag-aalala kong wika.

"S-s-sorry…" Hindi pa man ubos ang yosi ay inapakan na niya ang natira.

Napansin ko kaagad na maputla siya na para bang may sakit. "Okay ka lang ba? Kumain ka na ba?"

"H-h-hindi pa," nahihiya niyang sagot.

"Hintayin mo ako, umupo ka muna diyan!" Mabilis akong bumili ng siopao at juice sa loob ng convenience store.

Paglabas ko ay agad ko itong nilapag sa table sa harap niya. Kumain siya na parang gutom na gutom.

Nakakapanibago…

Kilala ko si Kobe dahil sobrang tagal na naming magkasama. Hindi siya normal kung ganito ang asal niya. Siguradong may problema siya.

"P-p-pasensya ka na Luna huh…gutom kasi talaga ako!" Halos hindi ako makapaniwala na ang kababata kong mayaman ay parang patay-gutom ngayon kung kumain.

"May nangyari ba?" nag-aalala kong tanong.

Nakangiti siya pero halata sa mata niya ang kalungkutan. "W-w-wala akong pera, walang laman ang atm ko. Siguradong winithdraw lahat ni mommy. A-a-ang totoo kasi niyan, hindi niya talaga ako pinayagang dito mag-aral ng college, pero pinilit ko parin umuwi," kwento niya.

"Akala ko ba pumayag siya? Hindi…I mean mas okay siguro kung bumalik ka na sa mommy mo," bilin ko..

Tumigil siya sa pag-nguya dahil sa sinabi ko. "A-a-ayoko kasi talagang umalis dito Luna. Gusto ko sana dito nalang ako grumaduate at magtrabaho," malungkot niyang paliwanag.

I felt sad about him at tila pakiramdam ko ako ang nahihirapan para sa kanya.

"Wala ka naman talagang choice Kobe. Mag-mimigrate kayo lahat sa America pati nga ang Daddy mo e, kukunin ng mommy mo. 'Yan ang kwento ng daddy mo kay Auntie. S-s-saka mas maganda ang buhay sa America, magiging maganda ang career mo roon. B-b-baka doon ka na rin makapag-asawa," malungkot kong paliwanag.

Ngunit hindi siya sumagot. Ilang minutong katahimikan ang namalagi sa pagitan naming dalawa. Hanggang sa…

"Luna, pwede bang ilakad mo ako don ka kaibigan mo. 'Yung…kasama mo sa convenience store noong nagkita tayo. Napaka-cute niya kasi!"

Nagulat ako sa sinabi niya.

"S-s-s-si Daphne ba?" malumanay kong tanong.

"Bigay mo nalang number niya sa'kin. G-g-g-gusto ko siyang ligawan."

Halos hindi ako makagalaw sa'kin kinauupuan nang sabihin niya iyon. Isa lang ibigsabihin ni Kobe—interesado at gusto niya ang pinsan ko.

Papaanong pati ang pinsan kong si Daphne ay masasali sa istorya naming dalawa? Wala nang ibang ginawa si Kobe kundi saktan ako.

Sinasaktan niya ako lagi nang hindi niya namamalayan. Una, kay Allona at ngayon si Daphne nanaman.

Hanggang kailan?

Hanggang kailan ba ako magtitiis na maglihim sa totoo kong nararamdaman?

Si Daphne na isang beses niya lang nakita, nagawa niya agad magustuhan. Pero ako na sobrang tagal na niyang kasama at kakilala, hindi niya magawang mapansin.

Manhid ka Kobe! Palagi nalang akong hindi mo pinipili at iba ang nakikita mo. Kahit ako 'yong laging nandito para sa'yo!

Because deep inside it kills me—this kind of one-sided love makes me crazy.

Sana Kobe…hindi ka na lang dito bumalik. Sana hindi ka na lang ulit sakin nagpakita.

Kasi ganun parin naman 'di ba?

Bumalik ka nanaman para saktan ulit ako!

****

I entered the gate after being rejected by the company.

Aling Winny was just expecting. She puts down the plants na tinatanim niya. "O kumusta ang apply mo. Sigurado natanggap ka noh? E…ikaw kaya ang pinakamagaling sa lahat—"

"May nauna na silang nakuha bago sakin!" mabilis kong sagot.

Aling Winny's facial expression looked disappointed to me.

"S-s-s-aka hindi naman po sa lahat ng bagay magaling ako. Mahirap din talaga minsan ipilit 'ang mga bagay na hindi naman talaga para sa'yo," I explained.

/12/ Ferris Wheel

To heal your trauma, you need to face your fear.

Looking at the ferris wheel makes me nervous.

"I-i-kaw na lang sumakay mag-isa Apple." Hindi pa nakaka-sakay ay halos takot na takot na agad ako habang pinagmamasdan ang umiikot na ferris wheel sakay ang mga taong nagsisigawan sa taas.

"Tita Luna naman e…Huwag ka ngang matakot!"

"May phobia ako sa mataas!" Malakas ang aking pagkakasabi upang marinig niya dahil napakaingay sa paligid namin. May kanya-kanyang rides na balak sakyan ang mga taong dumarating. Nagsisigawan din ang mga batang naglalaro ng color games at lalo na ang mga magjo-jowang sinusubukan mabaril ang teddy bear.

After many years, ngayon lang ulit ako nakapunta ng amusement park. Ang huli kong punta ay noong nanliligaw si Kobe sa aking pinsan.

September 2009 (Auntie Flerie House)

Kakatapos lang namin kumain nina Aling Winny at Auntie Flerie. Maaga akong aakyat upang mag-aral.

"Teka mag-ala syete na maya-maya wala parin ang pinsan mo Luna," nag-aalalang tanong ni Auntie Flerie.

My cellphone in the dining table was ringing. It was Daphne who was calling. Lumayo muna ako para sagutin para hindi marinig ni Auntie Flerie.

"Hello Luna, may gawa ka ba?" agad na tanong ni Daphne mula sa kabilang linya.

Lumayo pa ako ng kaunti papuntang garden.

"Uy Daphne nasaan ka ba? Nagtatanong na si Auntie e! Anong sasabihin ko?" nag-aalala kong tanong.

"*Sabihin mo lang na nandito ako sa classmate kong taga-Baguio na nagbakasyon dito. Sabihin mo birthday niya kaya magagabihan ako ng uwi!*" she said.

"*Wow huh...paano ka nagkaroon ng kilala dito? Siguradong magtataka 'yon,*" sagot ko.

"*Ako bahala Luna. Basta puntahan mo nalang ako rito. Sabihin mo nagpapasundo ako sa'yo,*" pakiusap niya.

"*Daphne, mag-aaral ako ngayon—*"

"*Hindi, pupunta ka ngayon dito at susuotin mo 'yong pink dress dahil kakain tayo mamaya sa mamahaling restaurant pagkatapos nating sumakay ng rides. Ano ka ba! Parang date na rin natin ito since hindi ko alam baka mamaya tumawag na si mama at papunta na ako ng Dubai! Please Luna...pagbigyan mo na ako!*" She was like a child begging to me.

"*E kasi—*"

Magdadahilan na sana pero inunahan agad ako. "*Thank you Luna, itetext ko sa'yo kung nasaan ako. Basta suotin mo ang iyong binigay ko huh. Bye!*" *Agad niya akong binabaan ng cellphone.*

"*O asan daw si Daphne?*" *Nagulat ako kay Auntie Flerie na nasa likod ko na pala.*

"*A-a-ano po—*"

"*Bilisan mo na at sunduin mo na ang pinsan mo habang may masasakyan pa!*" utos ni Auntie Flerie.

It was exactly 7:30 in the evening when I arrived at the amusement park wearing the pink dress she gave. Papasok ako ng amusement park ay todo hila ko pa pababa ang dress na suot-suot ko dahil hindi ako sanay magsuot ng dress. All people were enjoying playing at sumakay ng mga rides. Every bermonths, our little town will open the amusement park at isa ito sa mga inaabangan ng lahat ng mga taga-rito.

"*Sabi ko naman sa'yo di ba? Bagay na bagay!*" she said while hugged her giant teddy bear.

At nagulat ako nang makitang katabi niya si Kobe. He smiled at me and I was kind of shy that time when Kobe was looking to my outfit. Naninibago siguro siya dahil hindi niya ako nakikitang nakasuot ng ganito.

Hindi ko maiwasang mapatingin sa kamay niyang nakaakbay sa aking pinsan.

"Look couz! I have a giant teddy bear! Ang cute ano! Ang galing ni Kobe natamaan niya kanina kaya ito rin 'yong premyo!"

I faked a smile. "Kailangan na nating umuwi Daphne. Ang alam kasi ni Auntie—"

Agad niya akong hinila malapit sa ticketing booth ng ferris wheel. Sumunod sa min si Kobe.

"Ayokong sumakay ng ferris wheel. Kayong dalawa nalang ni Kobe!" pagtanggi ko.

"Bakit may fear ka ba sa matataas?" she asked.

"Oo! Saka wala akong katabi. Natatakot ako e!" I answered.

"Dapat pala Kobe nagsama ka ng isang friend mo na guy para double date tayo," panghihinayang niya.

"Sumakay na kayo ni Kobe. Hihintayin ko kayo rito. Ako muna maghahawak ng dala mo!" I hold the teddy bear for her. Medyo nahihirapan ako kasi mukhang mas malaki pa sakin ang teddy bear.

I was standing while watching Kobe and Daphne riding in the ferris wheel. It looked like they were both enjoying the moment.

Habang ako naiilang sa mga oras na 'yon. Nakabuntot ako sa dalawang nagde-date na para akong ewan. Naiinis ako at sana matapos na ang sandaling ito.

Pagkatapos ay nakuha pang mangyaya ni Daphne na kumain kaming tatlo sa restaurant. Kobe and I were both silent. Nakakapanibago kasi pareho naman kaming maingay ni Kobe pero napaka-tahimik namin noong oras na 'yon. Si Daphne lang 'yong nagkukuwento hanggang sa makauwi kami.

It was 9 in the evening nang makauwi kami ng bahay. My night was not okay at hindi ko ma-explain kung bakit. Naiinis ako na parang gusto kong magmura. Parang may gusto akong sabihin kay Daphne pero hindi ko kaya.

Humiga ako ng kama at agad na pinikit ang mata. Magtutulog-tulugan na lamang ako dahil siguradong magkukuwento na naman ang pinsan ko. Hindi ako okay kaya mas magandang pilitin ko nalang itulog ang nararamdaman ko.

"Luna I just want to say sorry," she said while she was in front of the mirror.

Nagawa ko tuloy imulat ang aking mata.

"Matulog ka na Daphne, mag-aalas-dyis na. Bukas mo nalang ikwento." Dahil alam ko na kung anong sasabihin niya kaya gusto kong pigilan iyon at umiwas nalang.

"I think that I am falling in love with your childhood friend." Walang pag-aalinlangan sabi ni Daphne. Ang kumot kanina na hanggang sa tiyan ko lamang na katawan ay itinabon ko na sa buong katawan, kasama ang aking mukha.

"Alam ko naman 'yon..." mahina kong sagot. Kunwari patawa-tawa pa.

"Pero hindi ba may feelings ka rin sa kanya?" she asked.

Tumawa ako nang malakas kahit nakatabon ng kumot. That was definitely a fake laugh. "Matagal na 'yon. Kinalimutan ko na Daphne," tipid ngunit labag sa kalooban kong sagot.

"Talaga ba Luna?" Mukhang naging masaya siya sa tono ng sagot niya.

"Masyadong bata pa kami noon ni Kobe kaya hindi lang matino ang pag-iisip ko non. Alam ko ang lahat ng tungkol sa kanya. Pati ang pagtulo ng sipon niya noong grade one kami at ang mababa niyang grade noong highschool kami ay alam kong lahat, kaya...nakakaturn-off siya." Nakangiti kong kuwento ngunit sa pagpapanggap na iyon ay halos patayin ko na ang aking puso.

"Kung ganoon Luna, sasagutin ko na siya."

My tears started to fall after she said that.

Masakit palang magpanggap.

Masakit palang magsinungaling.

Masakit palang sabihing okay lang kahit hindi.

Higit sa lahat masakit ipagsawalang bahala ang iyong nararamdaman para sa kaligayahan ng taong mahal mo.

The days passed and I was about being guilty to myself. Hanggang kailan ba ako magpapanggap sa totoo kong nararamdaman.

Pasakit ng pasakit ang mga araw na nakikitang masaya ang pinsan ko kasama ang Kobe na 'yon. Paulit-ulit na lang ang nangyayari. Kaya dahil doon mas naging abala nalang ako sa pag-aaral. It was Saturday morning when I arrived at home. I entered the house.

"Happy weekend Luna!" alive na alive si Aling Winny. Agad niyang kinuha ang malaking bag na bitbit ko.

Dumiretso kami sa kusina at nakahanda na agad ang breakfast sa mesa.

"Ang aga mo 'ata ngayon," bati ni Auntie Flerie while she was sitting on the middle of the dining table.

"May mga estudyante po kasing nagvivideo-oke sa kabilang room e. Umuwi nalang kami ni Betty para makapag-concentrate sa pagrereview." Umupo ako at uminom ng tubig.

"Saktong-sakto ka sa breakfast!" masayang saad ni Aling Winny matapos bigyan ako ng plato.

Nagtataka ako bakit wala si Daphne. "Tulog pa po ba si Daphne?"

"Maaga pa siyang umalis kasama si—"

Ngunit agad kong napansing tumingin ng masama si Auntie Flerie kay Aling Winny dahilan upang hindi matuloy ang sasabihin nito.

"Kasama ho si Kobe," tinuloy ko ang sasabihin ni Aling Winny. Nagkatinginan ang dalawa. Mukhang wala silang balak ipaalam sakin.

"Uuwi rin 'yon sa tanghali," paliwanag ni Auntie Flerie habang nagpapalaman ng tinapay.

Pagkatapos kumain ay agad akong umakyat ng kwarto para simulan na agad mag-aral. Maya-maya ay hindi ko namalayan na mag-aalas dose na pala. Nag-unat-unat ako ng likod.

"Hay nakakapagod. Nakakagutom na…"

Sinarhan ko muna ang aking aklat at bumaba ng hagdan upang tumungo sa kusina dahil sa nararamdaman kong gutom. Napatigil nga lang ako sa paghakbang nang…

"Hay ikaw talaga Winny, binanggit mo pa kanina na kasama ni Daphne si Kobe," paninisi ni Auntie Flerie habang silang dalawa ay abala sa paghahanda ng pagkain sa mesa.

"Uy wala naman akong binanggit ma'am na si Kobe, siya nga itong dumiresto ng sasabihin ko,"depensa naman ni Aling Winny.

"Basta 'wag mo nalang uut banggitin kasi baka malaman pa niyang sinagot na ni Daphne si Kobe. Siguradong masasaktan si Luna," paliwanag ni Auntie Flerie.

"Masakit 'yon para kay Luna. Kahit hindi nagkukuwento sa'tin si Luna tungkol don, alam nating simula pagkabata ay may feelings na talaga siya kay Kobe. Tapos si Daphne pa ang naging girlfriend—"

"Ayokong maapektuhan ang pag-aaral ng pamangkin ko. Umaasa kami ng tatay niya na maging cumlaude siya, suma man o kaya magna hanggang sa mapasa niya ang board exam."

Lakas loob akong humakbang papuntang kusina. Dumiretso ako sa harap ng ref at kumuha ng tubig. Biglang natahimik ang dalawa na parang may anghel na dumating.

"Opo Auntie Flerie, magiging cumlaude ako, suma o kaya magna at saka ipapasa ko ang Board Exam. Hindi niyo kailangan mag-alala sa'kin na ang magiging dahilan lang ay ang lovelife." Uminom ako ng malamig na tubig matapos magsalin sa baso. "Okay lang po ako, 'wag niyo nga akong alalahanin. Ako si Luna Marie, malas ako sa lovelife pero matalino ako. Dahil ang mahalaga ay ang kinabukasan hindi 'yong kahapon."

Nang tuluyan nang maging sina Kobe at Daphne ay mas lalo akong naging abala sa pag-aaral. Tila naging normal na lang sa'kin na makita silang magkasama. Hindi rin ako nagdamdam at nagtampo sa pinsan ko. Hindi niya kasalanang maramdaman niya iyon—ang ma-fall kay Kobe.

January 2010

It was 9 in the evening and I was walking on the way home. Hindi ko na pinagpa-Sabado pa ang pag-uwi. Pasan ko sa aking likod ang aking bag pack na puro lamog na damit ang laman. Yakap-yakap ko naman ang dalawang malaking libro na pag-aaralan ko ngayong weekend.

Napahinto ako sa paglalakad saktong sa tapat ng bahay nila Kobe nang makita kong lasing na lasing si Kobe kasama si Alex.

Binuksan ng katulong ang gate. *"Naku lasing nanaman ang batang ari!"* pag-aalala ng katulong.

"Kayo na po bahala kay Kobe. Gabi na po kaya kailangan ko na rin umuwi," paalam ni Alex pagkatapos ipasa ang lasing na kaibigan sa katulong.

Pagkatapos sarhan ang gate. Agad akong napansin ni Alex.

"Ikaw pala Luna. Long time no see!" bati niya pagkatapos lumapit sa'kin.

"Umuwi ka pala," sagot ko.

"Christmas break pa rin namin pero babalik na ako next week," malumanay niyang sagot.

Bigla naman akong natawa. *"Nakakapanibago ka Alex, ang hinhin mo na ngayong sumagot ah!"*

Napatawa ko rin siya. *"Ano ka ba! Syempre binata na kaya ako!"* pagbibiro niya.

Iibahin ko ang usapan dahil sa aking pag-aalala kay Kobe.

"Anong nangyari don sa kaibigan mo? Mukhang lasing na lasing ah!"

"Ayon napadami ng inom. Itong mga nakaraang araw, madalas maglasing si Kobe. 'Yong daddy niya kasi may babae raw kaya nag-file ng annullment si Tita. Balak nang ibenta ni Tita ang bahay na 'yan. Kaya hindi magtatagal matutuloy na talaga sa America si Kobe! E ang totoo kasi niyan…andon na ang engot na 'yon , bumalik-balik pa rito! Ewan ba at gustung-gusto rito mag-aral. Wala namang masyadong chix dito." Napabuntong-hininga nalang si Alex.

Nakaramdam ako ng bigat ng kalooban sa kwento ni Alex. Nakaramdam ako ng awa para kay Kobe. Kaya pala nakita ko siya noon sa convenience store na nagyoyosi.

Nag-ring ang cellphone ko na nasa jacket kaya naisipan kong magpaalam kay Alex.

"Sige Alex mauuna na ako. Baka si Auntie na ito at hinihintay na ako," paalam ko.

"Magkita tayo sa sunod Luna!" pahabol pa ni Alex. Tumango ako at ngumiti sa kanya.

Kinuha ko ang aking cellphone sa bulsa ng aking jacket. Daphne was calling.

"Daphne, umalis ka raw?" agad kong tanong.

"Yup! May aasikasuhin lang ako sa visa for Dubai. Uuwi rin naman ako by next week! Hindi na ako nakapag-paalam sayo kasi biglaan saka babalik din naman agad ako," sabi niya mula sa kabilang linya.

"S-s-sige mag-iingat ka," sagot ko.

"You too cousin. Okay bye!" paalam niya.

****

After riding on ferris wheel, hindi parin mawala ang pagkahilo ko.

"Hay dati tuwing bermonths lang ang amusement park, ngayon march na meron parin!" wika ko.

"'Di ba Tita Luna? Sabi ko sa'yo enjoy sumakay ng ferris wheel!" masayang saad ni Apple na parang balewala lang sa kanya.

"Anong enjoy ka diyan?" naiinis kong sabi habang hawak ang ulo ko dahil sa hilo.

"At least…finally you already faced your fear!" sagot naman niya. "Ate Luna sabi ng teacher namin, hindi mawawala ang takot mo kung hindi mo haharapin. Hindi mawawala ang isang trauma kapag nagtago ka! Kaya kung saan ka may trauma, 'yon din ang makapagpapagaling sa'yo. All you have to do is to face it!"

Bigla akong napasip sa sinabi ng aking pamangkin.

Isang malamig na hangin ang dumaan. Hindi ako makasagot ngunit nakatitig sa'kin si Apple habang nakangiti.

There is something that comes to my mind.

"Apple…"

"Yes tita?" she asked while staring at me.

"Magte-take ako ulit ng board exam! Susubok ako ulit."

/13/ A Shot of Brandy

Normal lang ba magsinungaling sa taong mahalaga sayo para hindi mo siya masaktan?

There's plenty of street foods vendors selling nearby. Tamang-tama at nakaramdam na ako ng gutom pagkatapos magpasa ng requirements para sa board exam.

Lumapit ako. "Twenty pesos po na kwek-kwek!"

"Sige madam!" sagot ng tindera

Sarap na sarap sa pagkain ang mga taong nakapalibot doon. Naalala ko tuloy si Daphne. Minsan ko siyang niyaya rito at nilibre kahit noong una ay ayaw niyang kumain ng street foods. Naging malapit kami sa isa't-isa kahit saglit dahil totoong mabait siya, kaso nga lang kahit ganon siya kabait sa'kin nagawa ko parin magsinungaling minsan.

January 2010 (Apartment)

I was pushing myself to find kung saan ba ako nagkamali at hindi ma-balance ang trial balance na ginagawa ko. Lot of books and paper were on my study table while in our apartment bedroom.

Na-destruct ako nang marinig kong nilakasan ni Betty ang TV sa may sala.

"A severe 7.0 magnitude earthquake strikes Haiti..."

"My gosh! Luna, tingan mo nakakaawa sa bansang Haiti! Naku ano ba 'yan!" I heard from Betty.

I removed my eye glasses at lumabas ng kwarto.

"Betty naman pakihinaan ng tv, nag-aaral ako!" pagrereklamo ko.

Napansin kong madilim na sa labas at naabutan na pala ako ng gabi. Biglang bumukas ang pinto. Nagulat kami sa tatlong taong bumungad sa'min.

"Hello classmates!" magiliw na bati ni Marga habang may dala-dalang plastic na puro chichirya ang laman.

Alex was holding the two bottles. "Eto oh…may dala akong dalawang bote ng brandy! Malakas makatama ito kaya humanda na kayo!" *pagbibiro pa ni Alex.*

"Wow gusto ko 'yan! Tara na simulan na natin!" *Excited na sabi ni Betty at agad kinuha ang dalawang malaking bote na hawak ni Alex.*

"Naistorbo ka ba namin Luna?" *nakangiting tanong ni Kobe.*

Agad namang umupo ng sofa sina Alex at Marga.

"Ano ba kasing ginagawa niyo rito?" *Hindi ko alam kung maiinis ba ako dahil inistorbo nila ako sa pag-aaral o kaya ay natutuwa dahil ngayon lang ulit kami makakapag-bonding.*

"Wala munang kj ngayon hah! Babalik na kami bukas ng hapon ng Manila ni Alex kaya mag-eenjoy muna tayo ngayon!" *masayang sabi ni Marga.*

Agad namang tumungo ng kusina si Betty para maghanda.

Napakamot ako sa ulo. "Tapos nagdala pa kayo ng alak," *reklamo ko.*

"Ano ka ba Ms. President matatanda na tayo!" *banat ni Alex.*

Betty put the shot glass on the table. Kumuha rin siya ng pineapple and apple na naka-sliced at nilagay sa gitna. Binuksan ni Marga ang mga dala niyang chichirya.

"Kumain na ba kayo?" *tanong ko.*

"Oo kumain kami sa labas kanina bago pumunta dito. Maglasing ang punta namin hindi pagkain!" *tawang demonyo si Alex.*

Marga was sitting on a single sofa, habang nasa mahabang sofa sina Alex at Kobe. Sa sahig naman kami umupo ni Betty.

Alex opened the brandy. Nagsalin siya sa shot glass at sinimulan ang pag-inom. Ikot ang pag-shot at nang makarating na sa'kin.

Inaabot sakin ni Alex ang shot glass. "P-p-p-pasensya na hindi ako umiinom," *pagtanggi ko.*

"Ano ka ba Luna, matanda ka na! Hindi ka na bata!" *Inagaw ni Kobe ang shot glass.*

"Ako nalang ang iinom para kay Luna." *He drunk it habang napansin kong paulit-ulit may tumatawag sa cellphone niyang nakalapag sa mesa. Nakailang missed calls na si Daphne pero hindi niya sinasagot.*

After 1 hour na masayang kumustahan at tawanan ay naubos na ang isang bote at muling binuksan ni Alex ang natitirang isa. Habang ako ay nakikinig at nanonood lang sa kanila. Someone was calling on my phone na hawak ko. It was Daphne.

Lumabas ako saglit para sagutin.

"Napatawag ka Daphne?" I asked.

"Sabi ni Kobe, susunduin niya ako sa terminal pero mag-aalas nuebe na wala parin siya rito. One hour na akong naghihintay e!" Her voice sounded very tired.

Napatingin ako sa loob ng apartment and I noticed that Kobe was enjoying.

"B-b-baka busy lang Daphne." I was feeling guilty that I was lying.

"Baka naman pwede mo siyang papuntahin dito Luna para sa'kin. Baka naman matawagan mo siya," pakiusap ng aking pinsan.

"A-a-a kasi…" pilit nag-iisip ng dahilan. "P-p-asensya ka na Daphne pero mukhang busy ngayon si Kobe. Nakita ko kasi siya kanina kasama niya Daddy niya mukhang may inaasikaso sila e."

While Kobe was still laughing inside with our friends. At ayokong baliin ang mga saglit na nakikita ko siyang masaya.

"Lagi nalang siyang busy Luna. Ako pa nga itong laging tumatawag sa kanya. P-p-parang iniiwasan na niya ako e," malungkot na kwento ni Daphne.

"Hindi naman siguro. Usap na lang tayo Daphne pag-uwi ko kina Auntie Flerie huh…Mas mabuti pa tawagan mo nalang si Auntie Flerie para masundo ka niya. Itetext ko rin siya para sa'yo. Huwag ka nang malungkot. Kakausapin ko si Kobe para sa'yo."

"Salamat couz…sige na mukhang nagrereview ka e. Hintayin ko nalang si Auntie rito," paalam niya.

Lumabas ng apartment si Kobe. Nang akmang magsisindi na siya ng yosi ay agad ko itong inagaw at tinapakan.

Nagulat siya sa inasal ko. "May problema ba?" mahinang tanong niya sa inasal ko.

"*Kanina pa tumatawag sa'yo ang pinsan ko! Tanga ka ba? Ni hindi mo man lang sinasagot!*" *naiinis kong sabi.*

Huminga siya nang malalim. "*Nagpapasundo nga kasi siya Luna. Gusto mo bang umalis ako na nakainom at sunduin siya?*" *Tila namumula na ang mukha niya dahil sa ininom. At mukhang nagbabago na rin ang tono ng boses niya dahil sa brandy.*

"*T-t-totoo bang...totoo ba iniiwasan mo siya?*" *nauutal kong tanong.*

Ayaw ko sanang manghimasok dahil ayokong makigulo pa at hindi ko parin maiwasang may kumirot kahit konti sa puso ko kapag relasyon nila ang pinag-uusapan pero nag-aalala parin naman ako kay Daphne—pinsan ko parin siya.

"*B-b-bakit mo naman 'yan natanong?*" *Humina bigla boses niya.*

Ramdam ko ang ginaw ng gabi dala ng buwan ng Enero. May ilang sandaling katahimikan sa pagitan namin.

"*S-s-s-orry Luna. Alam kong pinsan mo siya kaya concern ka pa rin sa kanya. Ang totoo niyan...I am not happy. S-s-siguro nabigla lang ako. Love at first sight, parang ganon.*"

"*Kahit kelan talaga Kobe, ang hilig mong manakit sa mga babae. Ginawa mo na rin 'yan dati kay Allona 'di ba?*" *nasasaktan kong tanong.*

"*W-w-walang permanente sa mundo Luna. Kahit ituloy ko ang relasyon namin ni Daphne, masasaktan ko lang din siya. Aalis na kami ni Daddy sa mga susunod na buwan o baka mas maaga pa. Ibebenta na namin ang bahay.*" *His voice and eyes looked so sad.*

While I was pushing myself na maging matapang, na parang wala lang although nanghihina rin ako sa mga sinasabi niya, lalo na kapag nakikita kong malungkot ang mata niya.

Dahil ang kahinaan ko kahit noon pa ay—

makitang malungkot ang mga mata niya.

"*Aalis na ako Luna. Pupunta na kami ng America.*" *At sa sinabi niyang iyon bigla akong tumalikod sa kanya.*

Sa aking pagtalikod ay may luhang pumatak sa aking mga mata. Aalis siya nang hindi ko nasabi ang totoo kong nararamdaman.

Nagtransfer siya noong bata kami.

Tapos nagpakita nanaman.

Grumaduate kami pareho ng high school. Pumunta siya ng America.

Tapos nagpakita nanaman.

Ngayon magpapaalam nanaman siya.

Siguro…

Ito na ang huli. Wala nang susunod pa.

Huminga nalang ako nang malalim upang hindi ito ipahalata.

"Tara na sa loob Kobe. Baka hinihintay na nila tayo," yaya ko.

Pagbalik namin sa loob ay agad kong napansing may tama na ng alak ang aking mga kaibigan at dating kaklase. Nakatulog na si Marga sa kinauupuan niya habang nakatungo na si Betty. Si Alex naman pumipikit-pikit na ang mata pero pinipilit pa rin ang sarili.

"M-m-masaya akong…masaya akong nagkita-kita ulit tayo…" sabi ni Alex.

"Hay lasing na, madrama na e…" pabirong sabi ni Kobe. Tumagay si Kobe ng brandy, sunud-sunod na tagay na siya lamang.

"T-t-tama 'yan Kobe, bumawi ka sa tagal mong nasa labas…Umiiwas ka ba sa inuman? O b-b-baka naman may pinag-usapan lang kayo ni Luna?" tanong ng lasing na si Alex.

At halatang tinamaan agad si Kobe ng magkasunud-sunod na tagay.

"Engot ka talaga…" nakangiting sagot ng lasing na si Kobe.

"Ang hihina niyo naman pala…" sabi ng nakatungong si Betty. "Tingnan niyo nga si slam note girl, nakatulog na."

Napatawa kami sa sinabi ni Betty.

"P-p-pero bakit nga kasi ang tagal niyo sa labas ni Luna? Ano ba kasi?" pangungulit ni Alex.

"Ang kulit pala talaga 'pag lasing na," saad ko.

"K-k-kumusta na nga pala 'yung nanliligaw sa'yo Luna? Sino nga ba ulit 'yon?" tanong ni Alex.

"Ah…si Andrei," sagot ni Betty.

"K-k-kapag sinaktan ka…'yaan mo uupakan namin ni Kobe!" Natawa ako sa sinabi ni Alex.

"Ano ka ba! E binasted na nga ni Luna! Tanga kasi 'yang kaibigan ko na 'yan e! Valedictorian pero tanga!"

Napahalakhak ng malakas si Alex habang napangiti nalang kami ni Kobe.

"S-s-s-iguro…may iba kang gusto Ms. President kaya ayaw mo sa Andrei na'yon! At ikaw naman Kobe!" agad naman ang pagturo ni Alex kay Kobe na nananahimik kanina pa.

"Ikaw! Bakit kasi hindi mo nalang ligawan si Luna hah? Bakit ba?"

Nagulat ako sa biglang sinabi ni Alex at hindi matanggal ang pagturo niya sa kanyang kaibigan. "Ano Kobe? Magpaliwanag ka? H-h-hindi kasi ako naniniwalang…ni minsan ay hindi ka na-attract sa kanya!"

"Hay lasing ka na!" pag-iwas ni Kobe sa tanong.

Inakbayan ni Kobe ang kaibigang si Alex. "Tama nang tagay Alex, gusto mo bang umuwi na tayo?"

"H-h-hindi tayo uuwi hangga't di mo nasasagot ang tanong ko!"

Hindi ko maintindihan ang nararamdaman ko sa mga oras na iyon. Bakit ba kailangan pang ungkatin ni Alex ang mga bagay na wala namang kasagutan. Dapat pa bang tanungin 'yon?

Hindi na dapat tanungin ang mga bagay na matagal ko namang alam na ang kasagutan, at kahit hindi sabihin ni Kobe ang dahilan ay matagal ko na rin alam—

na hindi naman niya ako gusto kaya bakit niya ako liligawan.

"M-m-magsabi ka ng totoo ngayon Kobe! D-d-dahil kapag nagsinungaling ka ngayon, pagsisisihan mo habambuhay!" pamimilit ni Alex.

Mga sampung segundong katahimikan ang bumalot sa tagpong kanina lang ay napaka ingay.

"D-d-d-ahil…dahil hindi ko kayang mawala sakin si Luna," malungkot na sabi ni Kobe.

"*Ano bang…ano bang ibigsabihin mo?*" *curious na tanong ni Alex na napahiga nalang sa sahig dahil sa kalasingan.*

"*Sabi ko, sabi ko hindi ko kayang mawala si Luna sa mundo ko. Hindi ko kayang may magbago sa relasyon namin ni Luna. Hindi ko kayang mawala ang iisang babaeng katulad ni Luna sa buhay ko.*"

"*H-h-h-hindi parin kita maintindihan Kobe. Ang labo mong kausap!*" *Ang nasabi nalang ni Alex habang nakahiga at nakapikit na ang mata.*

At ang mga mata ni Kobe tila namumula na, hindi ko alam kung para saan ang lungkot ng mga mata niya o talaga bang dala lang ito ng brandy.

"*Kung magiging kami ni Luna maaaring may magbago pagkatapos non. Maaaring mawala siya sakin at…at hindi ko 'yon kakayanin. Dahil habambuhay, h-h-hanggang sa huling sandali, at kahit pa sa susunod na mundo, hinding-hindi ko siya ipagpapalit.*"

At tila nanlabo ang aking mga mata sa mga luhang kumawala mula rito. Hindi ko na 'yon napigilan pa.

Ang tuluy-tuloy na luhang bumabagsak mula sa'king mga mata ay alam kong balewala lang sa kanya. Lasing naman na rin siya kaya sa pagkakataong ito mas alam kong manhid sita at bulag.

Isang malabong dahilan. Isang paliwanag na hindi ko lubusang maintindihan.

Ngunit para sa'kin ay sapat na iyon. Sapat na sa akin ang dahilan na iyon kung bakit hindi…

Kung bakit hindi niya ako magawang magustuhan.

Dahil tanging isang kaibigan lang ako para sa kanya.

Mamaya pa ay nakatulog na siya sa sofa, ganon din si Alex at si Betty. Habang ako nakaupo parin sa sahig habang pinagmamasdan siya. Pinagmamasdan ang malungkot niyang mukha—na kahit natutulog siya ay ramdam ko ang bigat ng kalooban niya sa tuluyang pag-alis niya sa lugar naminNagising nalang ako sa ring ng aking cellphone. Medyo napuyat ako sa mga lasing kong kaibigan kaya hindi ko nagawang bumangon. Iniabot ko nalang ng aking kamay ang cellphone na nasa gilid ng kama.

"*O Daphne?*" *nakapikit ko pang bati.*

"Luna, nandito ako sa labas ng gate ng apartment mo. Naka-locked pa kasi e!"

Napabangon agad ako. "Ano?"

"Sabi ko pagbuksan mo ako ng gate!"

Naalala kong nasa sala pa sina Kobe at siguradong mabubuko kami kapag nagkataon. Dahil pati ako ay pinagtakpan kagabi si Kobe.

"A-a-a, pasensya na huh…dito pa kasi ako sa CR e, masakit tiyan ko! Basta hintayin mo lang ako diyan!" pagdadahilan ko.

"Sige, basta bilisan mo huh!"

Halos tumalon ako sa kama at nagmamadaling gisingin ang mga natutulog kong kaibigan.

"Gising, gising!" pambubulabog ko sa kanila.

"Hay ang aga-aga e!" pagrereklamo ni Alex.

"Hoy Kobe nasa labas si Daphne. Umalis na kayo ni Alex baka magalit 'yon sa atin dalawa kapag nalaman niyang pareho tayong nag-sinungaling kagabi! Doon!" Tinuro ko ang pinto sa likod. "Sa likod kayo dumaan!"

Agad namang umalis ang dalawang lalaki. Mabilis akong pumunta ng gate at pinagbuksan si Daphne. Pagpasok ni Daphne ng apartment.

"O, sa sala kayo natulog?" naninibagong tanong ni Daphne.

"A…oo, Si Marga nga pala kaibigan namin ni Betty!" sabi ko.

****

While video calling with Daphne.

"At akala mo naman maloloko niyo ako non! Alam kong nagsinungaling kayo non sa'kin!" natatawang sabi ni Daphne.

"P-p-paano mo nalaman?" Bigla akong na-guilty sa nalaman ko.

"'Yong panyong niregalo ko sa Kobe na'yon nakita ko sa mesa noong pagpunta ko nong umaga! Kala niyo hah!" natatawang kwento ni Daphne kaya nagawa ko nalang din matawa pagkatapos maalala ang lahat.

"Minsan nagagawa mong magsinungaling alang-alang sa mga taong mahal mo at sa mga salitang hindi mo pa kayang sabihin."

/14/ The First Last Hug

March 2010 (In a Resto Bar)

A soft silent music was playing in the resto bar. I was with my cousin, Daphne with the bottle of beer on our table.

"P-p-pangit ba ako pinsan? Ganon, ganon…nalang ba 'yon? Ang daling sabihin para sa kanya na wala na kami?"

Daphne was heartbroken because Kobe broke up with her. I really don't know whether I was sad about the sad song playing in the resto bar or seeing my cousin crying because of Kobe.

"Lasing ka na Daphne, uwi na kaya tayo?" yaya ko.

"Don nalang ako uuwi sa apartment mo huh…Hindi…hindi ako pwedeng umuwing lasing sa bahay," pakiusap niya.

"Tatawagan ko nalang si Auntie para hindi siya mag-alala."

After thirty minutes na kakaiyak ni Daphne nakatulog na ito sa mesa. Ang problema…

"Naku paano ko kaya siya iuuwi sa apartment? Hindi ko siya kayang alalayan mag-isa saka wala nang sasakyan ng ganitong oras. Tsk…tsk…"

Mas malaki si Daphne sa'kin kaya siguradong hindi ko siya kayang iuwi. Hanggang sa naisip kong humingi ng tulong kay Kobe. Tutal naman siya ang dahilan ng lahat ng ito.

One ring, sinagot niya agad.

"Napatawag ka Luna?"

"Kobe, pwede ka bang pumunta ngayon dito sa Side Heart Resto-Bar? P-p-pasensya na sa istorbo huh…Si Daphne kasi e…lasing na lasing. Hindi ko siya kayang iuwi mag-isa," nahihiya kong pakiusap.

Matagal siya bago nakasagot. Parang nag-isip pa.

"Sige, hintayin mo ako," pagpayag niya.

Mga thirty minutes akong naghintay sa kanya habang tulog na tulog parin si Daphne. Napatingin ako sa entrance door ng resto-bar nang dumating siya.

"Anong nangyari?" He was looking on my cousin.

"Nalasing e…ikaw kasi," paninisi ko.

"Hay paano kaya 'yan? Wala pa naman akong dalang sasakyan ngayon. Gamit kasi ni Daddy,"

"Malapit lang naman dito ang apartment. Kaya mo naman siguro siyang abahin," suggest ko.

Wala kaming naging choice kundi nag-alalay ako para maaba niya ang aking pinsan. At nang makalabas na kami ng resto-bar.

"Ang bigat…" reklamo ni Kobe.

"P-p-pasensya na talaga…"

"Ano ka ba, kasalanan ko naman e!"

Patuloy kami sa dahan-dahang paglalakad habang patuloy parin akong umaalalay sa likod dahil mukhang bigat na bigat si Kobe.

"K-k-elan ang alis mo?" malungkot kong tanong.

"Bukas na," tipid na sagot ni Kobe.

"Sayang ang mga natapos mong subject sa university," panghihinayang ko.

"Okay lang 'yon," tipid niyang sagot.

Pagdating namin sa apartment ay agad binaba ni Kobe sa kama si Daphne.

Lalabas na sana nang kwarto si Kobe nang bigla siyang hinawakan sa kamay ng lasing na si Daphne.

"K-k-kobe p-p-wede bang dito ka lang muna?" pakiusap niya.

Napatungo nalang ako sa pakiusap ng aking pinsan. "Sige, iwan ko muna kayo." Lumabas ako ng kwarto at pagsara ng pinto ay doon ako nakaramdam ng bigat. Matinding bigat ng kalooban.

Oo, nagselos ako. But I should know my boundaries because I have no right to feel that kind of pain. Because at first, I was only his friend. I was only his childhood friend yesterday.

Lumabas ako ng apartment. Umupo ako sa hagdan while staring at the moon. Lumabas si Kobe.

"Mamimiss ko ang lahat-lahat Luna. Mamimiss ko ang lugar na ito— kung saan tayo lumaki, kung saan nagsimula ang lahat. P-p-parang kahapon lang nangyari ang lahat. Tingnan mo nga oh…dati naghahabulan pa tayo kapag uwian. Pinagkukuwentuhan ang nangyari sa Dragon Balls sa tuwing pagdating sa school. Naglalaro ng tagu-taguan at nagpapa-inggitan ng baon." His eyes looked so sad while looking at the sky.

"Ang hirap pala kapag lumilipas ang panahon. Tumatanda na nga talaga tayo. Napakasimple lang ng buhay kapag bata ka, walang kahirap-hirap. 'Yong tipong…ang pinoproblema lang natin noon ay kapag hindi tayo nasundo sa tuwing uwian. P-p-arang, parang…gusto ko nalang ulit maging bata," he added.

Two happy children flashback in my mind after he said it. Those memories of yesterday made me smile everytime I remember it.

"Mukhang, mukhang nalulungkot ka talaga sa pag-alis mo," saad ko. "A-ayos lang 'yon, ayos lang Kobe…gaganda ang buhay mo sa America. Balik ka rito huh…pasyalan mo rin naman kami nila Alex."

Tumango siya sakin.

He smiled at me. "Uuwi na ako Luna, lumalalim na ang gabi," paalam niya.

"Ingat!" Ito lamang ang kaya kong sabihin sa kanya noong mga oras na 'yon.

Lumabas siya ng gate pero nagmamadali akong sundan siya. Hindi pa siya nakakalayo.

"Kobe!" tawag ko.

Lumingon siya. Nag-isip ako, parang gusto ko nang sabihin ang totoo. Ang totoong nararamdaman ko. Tutal naman hindi ko alam kung magkikita pa kaming dalawa. Siguro ito ang dahilan kung bakit nagkita ulit kami para sabihin na sa kanya ang totoo.

Pero hindi pwede…

Baka mawala ang pinagsamahan namin kapag nalaman niya ang totoo. Tulad ng sinabi niya noong nalasing siya, hindi niya iyon kayang mangyari.

Mas mabuti nga sigurong ilihim nalang ang lahat.

"K-k-kelan ka babalik?" Ito na lang ang ipinalit ko sa nais kong sabihin.

"Hindi ko alam. Mag-iingat ka Luna!" Hinding-hindi ko makakalimutan ang huling naging ngiti niya sakin bago siya tumalikod. Ang ngiting iyon nagpapahiwatig ng isang matinding paalam.

Hanggang sa tumalikod na siya at humakbang papalayo.

Pinagmasdan ko ang paghakbang niya palayo hanggang sa tuluyan na siyang mawala sa paningin ko.

Lumipas ang taon, nakagraduate na kami ni Betty sa'ming course na Accountancy. I was the magna cumlaude. Tuwang-tuwa sina Auntie Flerie at ang papa ko nang malaman niya sa ibang bansa na may isang karangalan na naman akong binigay sa kanila. I heard that Alex became a teacher. He was so easy go lucky when we were highschool pero tingnan nga naman. Ngunit sa iba wala na rin akong naging balita dahil kahit umuso na ang social media noong 2013 I was focused on reviewing to pass the Board Exam to become a Certified Public Accountant. All people were hoping for me to pass the exam—na one take lang dahil nga alam nila na grumaduate akong magna. Ang hirap kapag mataas ang expectation sa'yo dahil na sa'yo ang lahat ng attention nila.

But when the result was out, it made me depressed. Some people got disappointed in me. Kapag ba matalino ka bawal ka ng magkamali? A big question, a big disappointment, a big regret—lahat 'yan naranasan ko during the year of 2014. That was why I decided to go to Manila para hanapin ang career para sakin.

I got hired in ACC Capital and Investment Corporation and year 2015 kinuha ko si Betty para makasama ko sa work. Gumawa ako ng sariling mundo ko na hindi pinapakinggan ang ibang tao. Tulad ng laging sinasabi sa'kin noon ni Betty—try something new and explore something different. I tried to enter a relationship and it was the first time. Nakilala ko si Marvin sa trabaho.

That was the time I realized that first love is just a puppy love—dala lang ng malawak na imahinasyon ng isang pagkabata.

December 23, 2015 (Christmas Vacation in my Hometown)

When I arrived at the resort, my batchmates in highschool were already there. I was very excited to reunite with them after many years. Naging abala ako sa trabaho these past years kaya wala ako masyadong naging balita sa kanila.

Kasama ko si Betty na dumating at masaya kaming sinalubong nina Marga at Alex.

"Grabe ang blooming mo na Betty! Rebonded na ang buhok mo ah!" pagbibiro ni Alex na may dala-dalang pamaypay na mukhang nag-iihaw ng barbecue.

"Kumusta ang apply mo sa abroad Marga?" tanong ko.

"Ayun…hindi pa sure. Pero tingin ko naman matutuloy!" wika ni Marga habang may dalang beer.

"Uy mga batchmates nandito na si Ms. President!!!" Alex called the attention of everyone in the resort. Napalingon ang lahat.

Kumaway ako sa lahat at ngumiti ngunit nawala ang aking ngiti nang muli kong makita si Kobe. Unti-unti siyang lumapit sa kinaroroonan ko at habang papalapit siya ay lumalakas ang kabog ng aking dibdib.

Halos pareho sa kabang nararamdaman ko noon sa tuwing kasama siya at lalapit sa'kin.

Tila huminto ang mundo ko nang agad niya akong niyakap.

"Na-miss kita Luna," he silently said while he was hugging me.

Hindi ako makaimik at natulala na lang dahil sa nanibago ako.

That was the time I just imagined na 'wag ko nalang kaya tanggalin ang yakap na 'yon. Dahil sa mga saglit na yakap na 'yon, tila ang lahat ay bumalik.

Ang kahapong nararamdaman ay bumalik at muli kong naramdaman. Kahit alam ko sa sarili kong nagbago na ako simula nang umalis siya.

Ang yakap na iyon ang una at huli dahil ikakasal na kami ni Marvin.

Halos tumagal ang bonding naming magkakabatch hanggang alas-dose ng gabi. Kwentuhan at kumustahan ngunit ang sandaling iyon ay biglang nanakaw.

"Luna, someone was looking for you!" Marga said.

Huminto ang lahat sa tawanan dahil sa biglang dumating.   Tumayo ako at tumabi sa dumating. "Ah…by the way batchmate, this is Marvin," Nagbulungan ang iba habang ang iba naman ay nakatulala lamang sa aming dalawa ni Marvin.

"B-b-b-boyfriend ko." Mukhang hindi natuwa ang karamihan sa binalita ko at tanging si Kobe lamang ang ngumii.

Mukhang siya lang ang masaya para sakin.

"Nice meeting you all," nakangiting bati ni Marvin.

Napatingin si Marga sa pareho naming suot na singsing. "Engage na kayo?" she asked.

"Oo," tipid kong sagot.

"Kelan naman kayo ikakasal?" tanong ni Alex.

"Sa March," nakangiting sagot ni Marvin sabay akbay sa'kin.

"C-c-congratulations…" nakangiting bati ni Kobe.

"Sasabay na ako kung uuwi na kayo Luna," saad ni Betty.

"A oo, uuwi na kami," paalam ko.

"Teka…hindi pa nga namin nakakabonding ang boyfriend mo e!" sabi ni Kobe.

"P-p-pasensya na pre…maaga pa kasi kami bukas sa lakad namin," pagtanggi ng aking boyfriend.

"Maghahanap kami ng wedding venue," wika ko.

That was the time na naisip ko kung tama bang nagkaroon ako ng boyfriend sa hindi siguradong nararamdaman. Dahil ang mga mata ko sa oras na 'yon ay tanging nakatingin lamang sa lalaking nakasama ko sa halos mahigit kalahati ng aking buhay.

Kaya hindi na ako magtataka kung bakit na-fall out of love sakin si Marvin and find something new. Dahil patuloy pa rin akong nabubuhay sa aking pagkabata.

At iyon ang wakas…

Ang huling pagkikita namin ng kababata kong si Kobe. Ang huling pagkikita namin ng taong halos pinaglaanan ko ng buong pagkabata ko, ang lalaking una kong minahal ng palihim at unang iniyakan ko nang hindi niya nalalaman. Ang naging kaibigan ko sa kahapon na sa buong pagkakaibigan namin ay naging sinungaling ako sa kanya sa totoo kong nararamdaman. Dahil lamang sa takot na magbago ang lahat at tuluyan niyang kalimutan ang aming kahapon dahil sa pakiramdam kong wala rin naman magiging saysay.

****

Isang matinding kaba ang naramdaman ko habang nakatayo sa harap ng isang malaking gate at pinagmamasdan ang mga kapwa ko magte-take ng Board Exam na pumapasok na sa loob.

"Matalino ako at inakala ng lahat na wala na akong kahinaan. Akala ko ang kababata kong si Kobe lang ang kahinaan ko, pero halos mabaliw ako nang hindi ako nakapasa noong una. Simula noon na-realize kong may mga pagkukulang ako sa sarili ko. Masyado akong nagpapadala sa mga takot ko, sa mga maaring resulta at mangyari. Ako ang taong napakaduwag sa naging kahapon ko. Naging duwag na magpakatotoo sa nararamdaman at sabihin sa kanya ang totoo. Nagpakaduwag harapin ang lahat ng pagsubok kaya ako nabagsak. Pero ngayon hindi na ako papayag…magiging matapang na ako at haharapin ang katotohanan, anuman ang maging resulta at kalalabasan, ang mahalaga ay susubukan ko—

Susubukan kong maging matapang."

"Ikaw pala Luna!" Nagulat ako nang makita ko ang kaklase ko noong college. Ngumiti ako sa kanyang paglapit "Magte-take ka rin ba ng exam?"

Tumango ako at ngumiti. "So…good luck sa'tin! 'Wag kang mag-alala, makakapasa na tayo this time!" nakangiti niyang sabi.

/15/ The Tree of Truth and Success

Paglabas ko sa bakuran ay isang kaibigan ang sumalubong sa akin ng yakap.

"Luna!!! grabe namiss kita!" masayang bati ni Betty.

"A-a-anong ginagawa mo rito?" nagtataka kong tanong.

"Nag-resign na ako Luna!" masayang wika nito.

Natulala nalang ako sa kanya at tila nalilito. "Ngayon lang ako nakakita ng taong masaya kapag nagreresign!"

"Ayoko na magtrabaho sa Manila 'no! Saka balak magtayo ng business ng Tita dito sa bayan at ako ang mag-mamanage!!!" excited na kwento ni Betty.

Napangiti ako at masaya para sa kaibigan ko.

"O ano kumusta ang exam? Oo nga pala mamaya na nga pala ang result! Don't worry feeling ko top 1 ka!" sabi pa niya.

Sumimangot ako. "O, ayan na naman kayo sa expectation na 'yan!"

Patakbong lumabas ng bahay sina Auntie Flerie at Aling Winny. Nagulat kami ni Betty dahil itong si Aling Wilma ay nagsisi-sigaw at umiiyak.

"Luna!!!" agad akong niyakap ni Aling Winny paglapit nila.

"Lumabas na ang result ng exam niyo Luna!" nakangiting sabi ni Auntie Flerie.

Lumaki ang mata ni Betty habang nakatingin sa'kin at tila nakaramdam agad ako ng kaba.

"P-p-pero 'di ba mamaya pa ho ilalabas?" nagtatakang tanong ni Betty.

"Una kasing nilabas ang mga topnotchers!" masayang wika ni Auntie Flerie.

Hawak-hawak ni Aling Winny ang kanyang cellphone at hinarap sa'kin. "Ayan, ayan Luna! Tingnan mo ikaw ang top 3!!!" At halos nabulaga ako nang makitang nasa pangatlong hanay nga ang pangalan ko.

Humagulgol sa pag-iyak si Aling Winny at Betty.

"Panaginip lang ba ang lahat ng ito?" tanong ko.

Natulala nalang ako at nanigas ang buong katawan hanggang sa yakapin ako ni Auntie Flerie. "Totoo ang lahat ng ito Luna. Congratulations!"

Ilang araw ang nakalipas ay hindi pa rin ako makapaniwala sa malaking blessings. Now, I understand the meaning of all the failures that I encountered before. I failed at first because that was not the right time. Lord didn't want me to just pass the exam, but He wanted me to be the one of the topnotchers..

Nasa loob kami ng kotse on the way to St. Bernadette Academy kung saan din nag-aaral si Apple.

I opened the window. "Aling Winny, patayin nalang po natin ang aircon," pakiusap ko kay Aling Winny na siyang nagmamaneho.

"Your wish is my command Ms. CPA!" pagbibiro pa ni Aling Winny.

Apple invited me to her school to see the art exhibit. Isa kasi siya sa mga painter ng art exhibit. Hindi na ako naka-hindi dahil kailangan daw pumunta kahit isang guardian ng mga painter para makita ang gawa ng mga anak nila.

I look at the outside of the window and feel the fresh air coming from outside. Hindi ko maiwasang mapangiti habang nakatingin sa mga dinadaanan namin.

I imagine the images of the two grade three students walking in the street.

I remember the two highschool students running outside dahil may humahabol sa kanilang matabang estudyante dahil tinakasan nila ito sa computer shop.

I still remember walking the way home in 6 PM ng ang araw ay palubog na at unti-unti nang dumidilim.

I just hear the two voices talking and laughing.

Those memories of yesterday with my childhood friend make me smile until today. And when we arrived at St. Bernadette Academy, I saw the wide playground after we entered the gate. I remember our highschool memories—with my classmates, especially with my friends Alex, Marga, Betty and Kobe. Tawanan, kulitan at kantsawan—tunay na napakasimple ng buhay noon.

Naiwan si Aling Winny sa kotse.

Nasa harap na kami ng pintuan ng exhibit room. "Tita Luna…pupuntahan ko muna ang classmate ko sa library. Nasira raw kasi 'yong painting niya. Tutulungan ko lang siya kasi kailangan na 'yon ma-display ngayon kung hindi, baka wala siyang grades!" paalam ni Apple.

"Iiwan mo ako rito?" tanong ko.

"Please Tita…"

"Oo na sige na hintayin kita. Pakibilis huh…" Agad na umalis si Apple at nagulat ako sa dumating.

Si Sir Dinosaur…este si Mr. Tan. Hanggang ngayon pala ay teacher parin siya rito.

"O Luna? Kung hindi ako nagkakamali ikaw ang guardian ni Apple hindi ba?" tanong niya.

"Opo," sagot ko.

Agad akong napangiti. "Mr. Tan, dito pa rin pala kayo nagtuturo?" tanong ko.

"Ako na ang principal dito ngayon!" masaya niyang wika.

Agad ko naman itong ikinatuwa. "Wow…congratulations po sa inyo!"

Wala ngang imposible. Akala ko dati hindi 'yon mangyayari.

"Ikaw nga itong dapat batiin ng congratulations! Pinagmamalaki ka ng buong SBA at galing lang naman dito sa amin ang isa sa mga topnotcher! Yaan mo magpapa-tarpaulin ako at ilalagay ko diyan sa harap ng gate!" aniya.

"Naku hindi naman na ho kailangan 'yun—"

"Anong hindi? At ikaw rin ang kukunin kong guest speaker sa darating na commencement. Ay aba naman teacher mo 'ata ako sa Math kaya naging magaling ka rin sa Accounting!" pagbibiro niya at natawa naman ako. "Dahil diyan pagkatapos mo makita ang art exhibit, gusto kong pumunta ka sa puno. Naalala mo ba 'yung sinabi ko sayo nong graduation?" tanong niya.

"A-a-ang sabi niyo po kapag matagumpay na ako balikan ko ang poinciana tree. Sigurado pong mataas na puno na 'yun ngayon!"

"Makikita mo 'yon mamaya at siguradong ikatutuwa mo. Hmn…pero hindi lang 'yon ang sinabi ko sayo. Bukod sa matagumpay kang babalik sa puno, may isa pa akong binanggit," dagdag pa niya.

Pilit ko naman itong inalala. "A-a-ang sabi niyo po kapag alam ko na ang totoo? Hindi ko po kayo maintindihan noon Mr. Tan kung anong tinutukoy niyo," naguguluhan kong sabi.

"Kung ganon pumasok na tayo sa loob ng art exhibit nang malaman mo ang totoo," nakangiti niyang yaya.

Habang hinahakbang ko ang aking paa papasok ng art exhibit room ay natatanaw ko ang maraming mga painting at obra na nakapalibot sa buong silid. At tunay nga na ang gaganda at espesyal ang lahat. Wala pang taong nasa loob dahil hindi pa nagsisimula at masyado kaming napaaga ni Apple. Napapangiti nalang ako habang pinagmamasdan ang mga ito. Isa-isa kong tiningnan ang mga obra habang pinapanood lamang ako ni Mr. Tan.

Hanggang sa mapukaw ang atensyon ko ng isang malaking painting na naka-display sa pika-gitna ng silid. Hindi ko alam kung bakit sa sandaling ito ay nakaramdam ako ng isang matinding kaba habang tinitingnan iyon.

Tila ang painting na 'yon ang pinaka-espesyal sa lahat dahil sa gitna ito nakapwesto.

At nang lalo ko pang titigan ang obra na 'yon—isang imahe nang natutulog na estudyanteng babae sa kanyang desk. Hanggang balikat ang buhok niya at may mga libro sa harapan niya. She looks so familiar to me. Nang makita ko ang nakaperma sa ilalim nito—

"Kdelrosario"

Doon ako napahawak sa espesyal na obra. Halos hindi ko magalaw ang buo kong katawan at hindi ko matanggal ang paghawak ng aking palad sa babaeng nasa painting.

Naramdaman kong lumapit si Mr. Tan. "Sobrang nagpapasalamat sakin noon si Kobe Del Rosario dahil pinasa ko siya sa Math. Kung hindi ko raw siya pinasa at kung hindi dahil sa pakiusap mo sa akin, baka raw bumalik siya ng highschool. Bilang regalo, binigyan niya ako ng isang painting. Natuwa ako non Luna, kasi hindi ko akalaing…magaling pala siya sa pagpipinta. Nang iregalo niya 'yan sa akin, agad akong nagtaka kung bakit ikaw ang iginuhit niya. Ang tanong ko sa kanya—bakit si Luna ang nasa painting?" At saglit na katahimikan pumagitna samin ni Mr. Tan habang hinihintay ko ang sagot ni Kobe sa tanong ni Mr. Tan.

Dinig na dinig ko ang malakas na tibok ng aking puso.

"Dahil siya lang po ang laging laman ng isip ko Mr. Tan kaya siya lang po ang kaya kong iguhit—iyan ang sagot niya sa'kin," malumanay at nakangiting kwento ni Mr. Tan.

Pumasok ang isang teacher. "Mr. Tan hinahanap po kayo ng ating guidance. Emergency lang po pasensya na…"

"Sige Luna, dumito ka muna. Babalik ako!" Nagmamadaling lumabas si Mr. Tan.

Hanggang sa maalala ko ang gabing nabalitaan ko ang isang magandang pangyayari na nangyari kay Kobe.

October 2022 (At the rooftop during ACC Anniversary)

I knew the truth during our company Anniversary—the night that I was expecting about my promotion, was also the night of regret.

I was regretting that I never told him the truth. I never confess my feelings for him.

"Hindi mo ba nakita sa instagram Luna? M-m-magkaka-baby na sila ng girlfriend niya sa America at saka…saka…ikakasal na rin sila," kwento ni Betty.

We're both in the rooftop of our company building matapos iwan ang program ng aming company sa baba dahil sa bias na promotion na naganap.

"H-h-h-hindi kasi ako mahilig sa instagram, fb lang ang alam ko saka…napaka-busy ko alam mo naman 'yon, kasi akala ko kapag ginalingan ko sa trabaho, mapo-promote din ako," malungkot kong sabi.

"D-d-dapat pala…hindi ko muna sinabay ng sabi! Ang daldal ko talaga!" Kinagat ni Betty labi niya at tila sinisisi ang sarili.

"Okay lang Betty," matipid kong sagot.

P-p-pero 'di ba…hanggang ngayon hinihintay mo parin umuwi si Kobe para sabihin sa kanya ang totoo?" tanong nito.

Napatingala nalang ako sa langit at pilit pinipigilan ang aking mga luha. "Hindi na, hindi ko na sasabihin sa kanya Betty. Wala na rin saysay kung malalaman niya pa ang totoo. Ang mahalaga masaya na siya ngayon. Tulad ng sinasabi ko noon, masaya ako kapag masaya siya."

So I decided that time na umuwi ng probinsya, hindi lang dahil para kalimutan ang unfair promotion kundi para kalimutan din siya.

Ngunit sa pag-uwi ko lalo lamang ako nitong binalik sa kahapon. Nang makita at muling masilayan ang mga daan at lugar na nakakarinig sa mga tawa at kwentuhan namin.

****

Ang mga huling sinabi ni Mr. Tan at ang sagot ni Kobe sa tanong niya ilang taon ang nakalipas, tila narinig ko nang paulit-ulit.

"Dahil siya lang po ang laging laman ng isip ko Mr. Tan kaya siya lang po ang kaya kong iguhit."

"Dahil siya lang po ang laging laman ng isip ko Mr. Tan kaya siya lang po ang kaya kong iguhit."

"Dahil siya lang po ang laging laman ng isip ko Mr. Tan kaya siya lang po ang kaya kong iguhit."

Habang patuloy na pinagmamasdan ang painting ni Kobe ay hindi ko na napigilan pang ibuhos ang maraming luha na namumuo sa'king mata simula nang makita ko ang painting ni Kobe. Hindi ako nagkakamali iginuhit niya ito noong nasa huling taon na namin sa paaralang ito. Ito ang araw na nakatulog ako dahil sa magkasunod-sunod na puyat dahil sa pagsulat sa dyaryo. Hindi ko namalayang iginuhit na pala niya ako noong mga sandaling iyon habang natutulog.

Tumungo ako sa likod ng school at muling nasilayan ang munting halaman na dinidiligan namin noon. Isang mataas at malapad na puno ang bumungad sa akin na napakaraming mapulang bulaklak. At dahil sa napakaraming bulaklak ng puno ay nalalagas na lamang ang iba.

Bumalik sa aking alaala ang dalawang taong nagdidilig sa punong ito maraming taon ang nakalipas—na pagkatapos ay nagagawa pang magbasaan gamit ang natirang tubig sa timba.

Mga halakhak ng dalawang tao at tunog ng habulan ang tanging naririnig ko sa mga oras na ito.

"Bumalik ako sayo dahil…dahil nakapasa na ako sa board exam! Masasabi ko sa ngayon na nagtagumpay na ako. Tumagal ako sa Manila pero hindi ko nakita ang tagumpay ko roon. Ang totoo niyan ayaw ko nang bumalik sana sa lugar na ito. Ayaw ko nang bumalik sa lugar na pinanggalingan ko, dahil ang lugar na kinalakihan ko ang siya ring nanakit sakin ng sobra. Sa lugar na kung saan unang nabigo si Luna, nabagsak sa exam at nabigo sa pag-ibig. Ayaw ko na sanang bumalik. Ayaw ko nang bumalik dahil ayaw ko nang maalala pa ang kahapon—ang kahapong puro kabiguan, at ang kahapong kasama ka, pero…pero hindi ko alam kung bakit sinadya ng pagkakataon na bumalik ako rito—

Binalik ako ng mga paa ko sa lugar na ayaw ko na sanang balikan pa. Binalik ako sa lugar na naging dahilan ng matinding disappointment ko sa aking sarili ngunit ang pagbabalik palang iyon ay pagbabalik din sakin ng tagumpay at katotohanang matagal kong hinintay."

Ilang araw ang lumipas.

Abala ako sa paggamit ng laptop saking kwarto nang kumatok si Aling Winny. Pinagbuksan ko siya.

"Luna, may dumating na padala galing sayo." Inabot niya sakin ang isang maliit na kahong maraming balot.

"P-p-pero wala naman po akong parcel," pagtataka ko.

"E bayad naman na raw sabi nong rider! Hindi ko alam kung anong laman."

"Sige bababa na ako," paalam niya.

Bumalik ako sa aking study table. "Ano naman kayang laman nito?" Tiningnan ko ang address ng nagpadala.

"America? Kanino kaya ito galing?"

/16/ Goodbye to our Yesterday

I open the box and it is a CD.

"Para san naman kaya ito? Hindi kaya nagkamali lang 'yong sender?" Muli kong tiningnan ang address ng kahon.

"Luna Marie Castillo, tama sakin nga…" I operate the old DVD player in my old study table. "Hay…napakatibay talaga nitong DVD na ito! Basta mga lumang gamit matitibay ang pagkakagawa hindi katulad ng mga gamit ngayon, madaling masira."

I enter the CD on the DVD player para subukan kung anong meron dito.

Nagulat ako nang bigla itong magsalita.

"Hi Luna Marie Castillo, ako si Kobe Del Rosario. Naalala mo pa ba ako? Sana hanggang ngayon tanda mo pa rin ang kababata mo."

At sa isang iglap ay bigla na lamang akong natulala nang mapagtanto kung kanino galing ang CD.

"Natatawa ka siguro ngayon kung paano ko ito nairecord. Napaka-old style hindi ba? Buti nalang may nakita pa akong nagbuburn ng CD dito sa America ngayon," tumawa siya.

"Old style pero hindi bat…ito naman dati ang uso. Binuo ang alaala natin sa pamamagitan ng mga ganitong lumang bagay, hindi ng social media. Alam kong maraming paraan sa social media ngunit napaka-special nito para sa akin. I am sure pinapakinggan mo ito ngayon na kasal na kayo ni Marvin. Sana hindi siya magalit, dahil bago ako ikasal gusto kong magkwento sayo. Katulad ng kantang Huling El Bimbo…sa paglipas ng maraming panahon napakarami nang nagbago. Teka…paano ko ba sisimulan?" Isang saglit na katahimikan.

"Ehem! Ah…ang kababata kong si Luna Marie Castillo. Hmn…nakakahiya man pero…nakakahiya man pero halos mabaliw ako sayo non sa kakaisip. Simula bata palang tayo gustung-gusto na kita. Nagsimula iyon nang makulong tayo sa stock room. Simula noong araw na 'yon ikaw ang naging tagasalba ko sa lahat ng pagkakataon. Tinuruan mo ako maging matapang. Bata palang tayo araw-araw na kitang sinisilip sa gate ng bahay ni Auntie Flerie mo. Para akong mahihimatay sa kilig kapag magka-holding hands tayo noong grade 1 tayo! Kaso nga lang noong umamin ako sa'yo noong grade three tayo hindi ka man lang naniwala. Pinalo mo ako ng file case mo, grabe ang sakit talaga non! Iba ka talaga Luna!

Napatawa ako sa aking narinig.

"Alam mo ba may mas magaling naman talaga sakin magdrawing don sa pinag-lipatan kong school noong elementary tayo, pero nagpumilit ako sa teacher ko na ako ang sasali. Gusto kasi kitang makita non! Kaso lang…hindi ko sinasadya na talunin ka don sa contest!" Nagawa pa niyang tumawa.

"Tuwang-tuwa ako noong nalaman kong hindi pa matutuloy ang pag-migrate namin noon sa America nong magha-hayskul tayo, kaya agad akong nag-enroll kung saan ka rin nag-enroll!"

"Noong napasunog mo kay Aling Winny ang slam book ni Marga at nagalit sayo si Marga kaya napa-tutor siya— hindi totoong may try out ako non sa basketball. A-a-ang totoo hinihintay talaga kita kahit hapon na para may kasabay ka pauwi. G-g-gusto kong magsulat sa slam book ni Marga para malaman mong gusto kita kaso pinasunog mo kay Aling Winny. Hanggang sa…hanggang sa dumating si James at nakita ko kayong dalawa na laging magkasama. Binibigyan ka rin niya ng love letter at tuwang-tuwa ka pa! Doon ko naisip na hindi na ako aamin pa dahil mukhang nag-eenjoy ka kasama si James. Nagselos ako kay James at niligawan ko si Allona para magselos ka. Hindi ko naman akalaing…aabot sa magiging kami. Tinuruan ko ang aking sarili na magustuhan din siya. Gusto kong magselos ka kaya niyaya kong magpakasal si Allona noong ikaw ang nasa marriage booth."

At sa bawat kwento ni Kobe na naririnig ko mula sa DVD player ay nagagawa nitong mabalik saking isipan ang mga nangyari noon. Tila bumalik ang aming kahapon.

"Nainis ako sayo noong binigay mo sakin ang valentines card na galing kay Allona. Sabi ko sa sarili ko—bakit kaya hindi mo ako magawan ng card? Mahirap ba 'yon para sa'yo? Nagsinungaling si

Allona at sinabing siya ang nagsulat ng feature story na tungkol sa'kin. Noong nalaman ko iyon, nakipaghiwalay ako. Pero alam mo ba…sobrang kilig na kilig ako non at halos hindi makatulog habang paulit-ulit na binabasa at iniisip na ikaw ang nagsulat non para sakin. Ginupit ko ang pahinang iyon at nilagay ko saking kwarto. Sobrang ganda mo noong Prom at kilig na kilig ako habang nagsasayaw tayo at hawak ko ang iyong kamay. Para tayong sina Cinderella at Prince Charming. Hanggang sa pagtulog mo sa ating desk noong seatmate tayo ay nagagawa kitang pagmasdan at iguhit. Dahil napakaganda ng iyong mata Luna. Para akong baliw sa kilig noong mag partner tayo sa paper dance. Parang nagvivibrate ang aking katawan sa tuwing magdidikit sa'yo."

Sa sinabing iyon ni Kobe ay nagawa kong mapangiti.

"Salamat sa lahat ng tulong mo sa akin Luna. Kung hindi dahil sayo hindi ako makakapasa non. Ang paglapit mo kay Mr. Tan at ang…ang pagpayong mo sakin noong gabing umulan noong nanghiram ako sayo ng notes. Kahit basa ka na, pilit mo akong pinapayungan. Isa kang tunay na kaibigan Luna. Kaya nga…kaya nga sinabi ko minsang…hindi ko kakayanin kapag nawala ka sakin at may magbago sa pagkakaibigan natin. K-k-ksalanan ko rin nga siguro kung…kung bakit ako nasaktan non sayo." Biglang humina boses niya at tila nalungkot sa mga susunod na sasabihin.

"Namiss ko ang lugar natin kung saan tayo lumaki, sobrang namiss kita after highschool graduation. Kaya nagpumilit ako kay Mommy na bumalik. Bumalik ako para sayo Luna, upang aminin na ang lahat ang kaso lang…kaso lang nakita kong masaya ka na kay Andrei. Heto ako…gumawa nanaman ng way para pagselosin ka, at yon ay si…si Daphne. Ilang babae ang ginamit ko para paselosin at iparamdam sayo na sana…sana marealize mo na rin na ako lang din ang gusto mo. Na ako ang dapat mong mahalin dahil ako ang lalaking nanatili sa harap mo anuman ang mangyari. Galit sakin si mommy sa pagbabalik ko noon sa lugar natin. Kahit hindi na niya ako pinadalhan ng allowance, okay lang, ang mahalaga, makita kita at kasama ka."

Dahil sa ikinuwento ni Kobe na tungkol doon ay naaalala ko minsang nakita ko siyang gutom na gutom sa convenience store. Dahil sakin, dahil sakin kaya 'yon nangyari sa kanya.

"Napakabulag ko, napakatanga ko…" sabi ko sa aking sarili.

At sunod-sunod na luha ang bumagsak sa aking mga mata. Hindi ko matanggap na ako ang dahilan ng paghihirap niya.

"Ngunit wala nang mas sasakit pa nang makita kong…makita kong ikakasal na kayo ng boyfriend mo noong nag-get together ang batch natin. Simula noon nawalan na ako ng pag-asa. Ang hirap ngumiti sa harap ninyong dalawa na kunwari masaya pero sobrang nasasaktan at nanghihinayang. Iyon ang araw na sinimulan ko nang kalimutan ang nararamdaman ko para sayo. Dahil alam kong masaya ka na sa bago mong magiging buhay."

At bumalik sa aking alaala ang ngiti ni Kobe noong inakbayan ako ni Marvin matapos ko siyang ipakilala sa lahat. Akala ko noong gabing iyon si Kobe lang ang masaya sa balita kong ikakasal na ako dahil siya lamang ang ngumiti. Ngunit ang ngiting iyon ay kabaliktaran pala.

Itinago niya sa kanyang mukha ang sinasabi ng puso niya.

"S-s-sorry…Sorry Kobe…" halos humagulhol na ako sa pag-iyak sa mga oras na ito. "Akala ko okay ka lang, akala ko masaya ka para sakin. Hindi ko alam…"

"Ang tanga ko Luna. Halos araw-araw tayong magkasama pero hindi ko man lang naamin sayo ang totoo. Dahil lang sa takot…sa takot na mawala lahat ng pinagsamahan natin. Masyado akong umasa sa tadhana pero hindi pala dapat. Hindi man lang ako gumawa ng paraan. Ginawa kong biro ang pag-amin ko sayo noong highschool graduation. Pero totoo ang I love you ko sayo noon Luna, totoo 'yon… Lagi nalang may nagiging hadlang at may taong dumarating sa buhay natin sa tuwing aamin ako. Siguro nga kailangan kong tanggapin sa sarili ko Luna na hindi talaga tayo ang para sa isa't-isa. Na sa isang banda ay may isa akong pagkakamali, malaking pagkakamali—

"Na isekreto sayo ang totoo kong nararamdaman. Magkaibigan at magkababata tayo pero lahat ng araw na kasama mo ako puro kasinungalingan lang ang pinakita ko sayo. Tinanggap ko nalang sa sarili ko na hindi mo talaga ako gusto—kailanman ay isang simpleng kababata at kaibigan lamang ang tingin mo sakin Luna. Ganunpaman, salamat sa buhay mo. Hindi ko pinagsisihan na mahalin ka at kahit sa susunod na buhay natin ay ikaw parin ang pipiliin ko Luna bilang isang kaibigan at kababata. Masaya na ako sa mga buhay natin ngayon—

 Paalam Luna, paalam aking kababata at kaibigan…"

Agad kong kinuha ang aking cellphone na nakalapag din sa study table ko. Napansin ko ang maraming messages sa group chat ng aming batch noong highschool.

"Congrats Kobe!"

"Congratulations!!!"

Binuksan ko din ang message ni Betty.

A baby shower photo—Kobe with his girlfriend and family.

I hurriedly went to my window and opened it. A guy was waving outside of the gate—but it was only an imagination.

Bumaba ako saking kwarto. I go outside as I feel the fresh air coming from the trees and plants of Auntie Flerie. I go outside of the gate. Bigla na lang naging malilom at tumago ang araw sa mga ulap.

Naglakad-lakad ako hanggang sa makarating sa tapat ng bahay nila Kobe.

May truck sa harap nito at may mga taong nagbababa ng gamit at ipinapasok sa loob ng bahay.

"Buti nalang ay naibenta satin ng mura ang bahay na ito," sabi ng isang matandang lalaki sa kanyang asawa habang akbay-akbay niya ito.

Naibenta na sa wakas ang bahay nila Kobe. Ang daan na nilalakaran ko ngayon at ang paligid na pinagmamasdan ko ngayon ay papalitan na ng mga alaala sa paglipas ulit ng panahon.

Isang malakas na hangin ang dumaan hanggang sa isang tuyong dahon ang naramdaman kong dumapo sa aking balikat. Kinuha ko ito mula sa aking balikat at doon muling naluha.

"P-p-p-patawad Kobe…Ang totoo niyan…matagal na rin kitang gusto. Hindi 'yon nagbago, at hindi 'yon magbabago…Walang dapat sisihin sa mga lihim na itinago natin. D-d-dahil ang totoo niyan, hindi lang talaga tayo ang para sa isa't-isa."

Three years later.

Marami nang nagbago sa lugar na kinalakihan namin. Kahit isang taon lang ang lumipas ay naging mabilis ang pag-unlad ng lugar namin. Maraming mga gusali at bagong negosyo ang itinayo kasama ang aking accounting firm. Dumami na rin ang mga tao at dayo sa lugar pati mga dumadaang sasakyan.

It was already 5:30 in the afternoon when I locked my office. Someone's calling on my phone. He is Steven—my husband at kakapakasal lang namin last month.

"Hello asawa!" magiliw niyang bati mula sa kabilang linya.

"O bakit wala ka pa? Dito na ako sa labas ng office ko," sabi ko.

"O ayan na naman nagtatampo ka nanaman. On the way na po madam. Don't worry…ikikiss nalang kita pagdating!" panunuyo niya.

Natawa naman ako. "Ayaw ko ng kiss e!"

"E anong gusto ng asawa ko?" tanong niya.

"Baby, gusto ko ng baby!" pabiro kong sabi.

Napatawa siya nang malakas. "'Ay yon lang naman pala! Sige hah aasahan ko 'yan mamayang gabi!" sagot niya.

"O siya sige na mag-concentrate ka na sa pagda-drive!"

"Okay, malapit na ako!"

"Hay…ikaw talaga!" kantsaw ko sa kanya bago ibaba ang cellphone.

"Daddy gusto ko ng ice cream!" Isang boses ng batang babae ang narinig ko sa aking bandang kanan.

Napalingon ako sa dalawang mag-amang naglalakad. "Oo na Luna, bibili tayo!"

Nagulat nalang ako at tila nanlaki ang aking mga mata kung sino ang nakitang papalapit sa kinatatayuan ko.

"Luna?" Muling nagpakita ang maamo niyang mata na parang anghel at ang dimples sa magkabilang pisngi niya.

"Luna pala ang name niya. Hello Luna!" bati ko sa cute na batang babae.

"Say hi to tita!" sabi ni Kobe sa kanyang anak.

"Hi Tita!" magiliw na bati ng bata na may kasamang pagkaway.

Napangiti naman ako kaagad dahil sa matabang pisngi ng bata. "Kelan ka pa rito?"

"Last week…dinalaw ko si Lola babalik din agad kami in the next day sa America. Oo nga pala…good to hear that…you are now an Accountant. Napakagaling talaga kahit kelan ng isang Luna Marie Castillo. Kaya nga Luna rin pinangalan ko sa anak ko e! Sana katulad mo rin paglaki matalino at maganda," paliwanag niya.

"Bakit? Ayaw mo bang matulad sa mommy niya? Isang flight attendant ang mommy niya hindi ba?" nakangiti kong tanong.

"Ayon ba…ang totoo nyan hindi natuloy kasal namin. Nagkaroon ng conflict, ayun…we come to a decision na maghiwalay nalang. S-s-saka masaya na siya ngayon with her boyfriend." At dahil doon nabura ang mga ngiti sa labi ko na agad niyang napansin.

"Don't worry Luna, masaya na ako at kuntento with my daughter!" agad niyang paliwanag.

Napangiti nalang ako sapagkat ito lang naman ang lagi kong hiling para sa kanya anuman ang mangyari—ang maging masaya siya. "Masaya ako para sayo Kobe!" bati ko.

Isang kotse ang dumating.

"Naku andiyan na ang asawa ko! Sige mauuna na ako hah!" paalam ko. Nang bigla siyang nagpahabol.

"Masaya rin ako para sayo Luna. Mag-iingat ka palagi," nakangiti niyang wika.

Tumango na lamang ako at ngumiti bago tumalikod sa aking kababatang si Kobe. Kumakaway at ngumingiti sa akin ang aking asawa mula sa loob ng sasakyan na excited nang umuwi.

Sa pagkakataong iyon ay hindi ko na nagawa pang lumingon. Hindi ko na nagawang alalahanin pa ang kahapon kahit na—

pagkatapos ng maraming taon ay muli parin kaming nagkita. Isang bagay lamang ang napagtanto ko nang muli siyang nakita.

"First love never dies—but it doesn't mean that the feeling will remain the same. Feelings may die, but the memories of yesterday never die."

Habang humahakbang papalayo sa kanya ay nagawa ko na lamang ngumiti.

"Paalam sa alaala ng ating pagkabata."

"Paalam sa aking kababata."

"Paalam sa kahapong—

kasama kita."

*****THE END*****

About the Author

Lady Abbys

Lady Abbys started writing when she was eight. Lady Abbys proudly came from the province of Oriental Mindoro, Philippines. Her imagination became her tool to be creative and become a published author. She loves writing poems, short stories, and novels. Aside from being an educator, she loves young people to inspire and motivate. What she loves the most is to write topics that discuss the reality of life. She always wants to be an inspiration for others.